மர்ம வலை

(Operation Third- Eye)

லோகேஷ்

aelay
publish

மர்ம வலை
நாவல்
ஆசிரியர் : லோகேஷ் 2022 ©
முதல் பதிப்பு : அக்டோபர் 2022
வெளியீடு : ஏலே பதிப்பகம்
5/175, பாத்திமா நகர், கூத்தென்குழி,
திருநெல்வேலி - 627104
தொடர்புக்கு : +91 9944992571

Marma valai
Novel

First Edition : October 2022
Pages: 270
ISBN : 978-93-5533-611-8
Aelay Publish
Contact : +91 9944992571
Designed by : Aelay publish team

சமர்ப்பணம்

என்னை போல் கதைகள் மீது ஆர்வம்
கொண்டவர்களுக்கும், என் புத்தகங்களை வாங்கி
படிக்கும் என் வாசக நண்பர்களுக்கும்
சமர்ப்பணம்

எழுத்தாளரை அறிவோம்

லோகேஷ்

சென்னையில் வசிக்கும் இளம் எழுத்தாளர். லயோலா கல்லூரியில் கணிப்பொறியில் இளங்கலை பெற்ற இவர் தற்போது 3 குறு நாவல்கள் எழுதி சுய வெளியீடு செய்திருக்கிறார். புத்தகங்கள் வாசித்து அவற்றை விமர்சனம் மற்றும் பரிந்துரை செய்வார். சிறு வயது முதலே எழுதுவதில் ஆர்வம் கொண்ட இவர் எழுதும் திறனை மேம்படுத்த தனது 15 ஆவது வயதிலிருந்தே சிறு கதைகள் எழுதியுள்ளார். காதல், சமூகம், திகைக்க வைக்கும் கதைகள் எழுவதில் ஆர்வம் கொண்டவர். தீரா கனவு, கதை சொல்லட்டுமா என்று இரண்டு தமிழ் புத்தகங்களும் *Thoughts that conquer your mind* என்ற ஆங்கில புத்தகத்தையும் எழுதியுள்ளார்.

வாசகர்கள் கவனத்திற்கு

இப்புத்தகத்தில் சொல்லப்பட்டு இருக்கும் கதையும் கதாபாத்திரங்களும் எந்த ஒரு உண்மை நிகழ்வையோ, மனிதர்களையோ சம்பவங்களையோ குறிப்பது கிடையாது முழுக்க முழுக்க கற்பனை செய்து உருவாக்கப்பட்டது

இப்புத்தகத்தில் வாசகர்களின் புரிதலுக்காக சில ஆங்கில சொற்களும், தமிழில் சில ஆங்கில சொற்களும், பேச்சு வழக்கு சொற்களும் பயன்படுத்த பட்டுள்ளது

இப்புத்தகத்தில் நிறைய தொழிநுட்ப சொற்கள் பயன் படுத்தத்தப்பட்டுள்ளது, அவை என்னால் முடிந்த அளவிற்கு எளிமையாக சொல்ல முயற்சி செய்து இருக்கிறேன்.

வாசகர்களின் மதிப்புரை

லாவண்யா பெரியசாமி:

- ❖ *என்னை அதிகம் பாதித்த கதாபாத்திரங்கள்: வாசு, ரகு, சுவாதி, டிமான், அரவிந்த், நிக்கிலன், ரஞ்சித்*
- ❖ *எனக்கு மிகவும் பிடித்த கதாபாத்திரங்கள்: வாசு, டிமான்*
- ❖ *ஏன் வாசு என்றால், அவன் தான் ஹீரோ. ஏன் டீமான் என்றால், அவன் கடவுள் போல சக்தி வாய்ந்தவராக தெரிகிறான்*
- ❖ *பிடித்த காட்சிகள்: ஆம். எனக்கு படம் பார்த்த ஓர் உணர்வு தான் கிடைத்தது*

2. ஜெயில் காட்சிகள் எல்லாம் தத்ரூபமாக உள்ளது

- ❖ *கதை சொல்லட்டுமா புத்தகத்தில் இருக்கும் கடைசி பகுதியில் இருந்து இதை தொடங்குவது போல் உணர்வு கொடுக்கும்.*
- ❖ *கதை சொல்லட்டுமா புத்தகத்திற்கும் இந்த புத்தகத்திற்கும் நிறைய மாற்றங்கள் இருப்பது கண்டு மெய்சிலிர்க்க வைத்தது*
- ❖ *தமிழில் அவ்வளவு அழகாக ஒவ்வொரு வரிகளும் செதுக்கியுள்ளார்*

- ❖ தேவையான இடங்களில் மட்டுமே ஆங்கில எழுத்துக்கள் பயன்படுத்தப்பட்டது

- ❖ *Beginners* புத்தகம் வாசிப்பவர்களுக்கு புரிந்து கொள்ளும் வகையில் எழுதியுள்ளார்

- ❖ வரைபடங்கள் புத்தக *Cover* மற்றும் எல்லா இடங்களிலும் எழுத்தாளர் என்ன சொல்ல வருகிறார் என்பது ஆங்காங்கே இவரின் ஓவியங்கள் வரையப்பட்டது

- ❖ எந்த இடங்களிலும் நீங்கள் புத்தகத்தை மூடி வைக்கலாம் என்ற உணர்வு தராது. *Bore* அடிக்காமல் விருவிருப்பாக அடுத்த அடுத்த பக்கங்கள் என்னவென்று நம்மையும் மறந்து படித்து கொண்டே இருப்போம்

- ❖ நான் இரண்டு நாட்களில் படித்து முடித்து விட்டேன்

- ❖ கதை முடியும் பொழுது ட்விஸ்ட் வைத்துள்ளார். அடுத்த பாகம் எப்பொழுது என்று இந்த புத்தகம் படிக்கும் அனைவருமே லோகேஷிடம் கேட்கும் வகையில் இந்த புத்தகத்தின் சூவாரசியம் ஒரு இடத்தில் கூட குறையவில்லை

- ❖ அடுத்த பாகம் எப்பொழுது கிடைக்கும் என்று எதிர்பார்ப்புகளுடன் நான்...!

செந்தமிழ் சுஷ்மிதா :

"கதை சொல்லி" "தீரா கனாவில்" ஆழ்த்திய **எழுத்தாளர் லோகேஷ்** தற்பொழுது வாசகர்களுக்காக ஒரு **மர்மவலையோடு** வருகிறார். இது அவரின் முதல் கிரைம் திரில்லர் என்று சொல்வது ஏற்றுக் கொள்ளமுடியாத ஒன்று என்றே நான் நினைக்கிறேன். ஒரு நல்ல எழுத்தாளரின் முதிர்ச்சி அவர் எழுத்தில் தெரிகிறது.

பெரிய பெரிய எழுத்தாளர்களுக்கெல்லாம், முத்திரை பதித்த கதை என்ற ஒன்று இருக்கும். அப்படி ஒரு முத்திரை பதிக்கும் கதையாக **"மர்மவலை"** உங்களுக்கு இருக்கப் போகிறது..!

செய்த குற்றத்தையே ஒப்புக்கொள்ளாத உலகத்தில், யாரோ செய்த குற்றத்திற்காக ஒரு நிரபராதி தண்டனை அனுபவிக்கக்கூடாது என்ற நல்லெண்ணம் கொண்டு, கதையின் நாயகனாக உருவெடுக்கிறார் **வாசு..!** உண்மையில் **வாசுதேவ கிருஷ்ணன்** தான் அவர். எதிரியை வீழ்த்த அத்தனை முயற்சிகளையும் அயராமல் எடுத்திருக்கிறார்.

"திரில்லருக்கு திருப்பங்கள் இல்லாமலா!" என்பதற்கேற்ப "டிமன்" வந்து நிற்கிறார். கதையில் ஒருவன் ஹீரோ ஆகவேண்டுமெனில், அவனுக்குச் சரிசமமான வில்லன் இருக்க வேண்டும். அதை **டிமன்** கதாப்பாத்திரம் நன்றாகவே திருப்தி செய்துள்ளது. **இரண்டொரு முறையே வாசகர்களுக்கு காட்சியளித்த டிமன், வந்த சில நொடிகளிலேயே அதிரடியான முறையில் நம்மைக் கவர்கிறார்.**

கதையில் நிறைய கதாப்பாத்திரங்கள் இருந்தும், அவற்றை சரிவர கையாண்ட முறை வியக்க வைக்கிறது..!

ஒரு தொழில்நுட்பம் மக்கள் பயன்பாட்டிற்கு வருவதற்குள், எத்தனை போராட்டங்கள், சோதனைகள்..! இறுதியில் அதை உருவாக்கியவனுக்கு, ஒரு வாய் சோற்றுக்குக் கூட பஞ்சம். **பலரின் வாழ்வைக் கருதி, தன் வாழ்க்கையை அர்ப்பணித்து ஒருவன் ஒரு படைப்பைக் கொடுக்கிறான்.** சமூகம் அவனைப் பார்த்து கேலி செய்து உதாசீனப் படுத்துகிறது. **எல்லோர் வாழ்க்கையிலும் உள்ள நிறைவேற்றப்படாத லட்சியத்தின் உருவாக, "அரவிந்தன்" எனும் கதாப்பாத்திரம் அறிமுகமாகிறது. வெகு நேரம் கழித்து, கதைக்குள் வந்தாலும், மிக நீண்ட காலம் நம் நெஞ்சங்களில் வாழப் போகும் அரவிந்தனை உருவாக்கியதற்காகவே ஆசிரியருக்கு எனது தனி பாராட்டுகள்..!**

லோகேஷ் என்ற பெயர் வைத்துக் கொண்டு **"கைதி"** இல்லாமல் இருந்தால் எப்படி? அதற்குப் பதில் சொல்லும் வகையில்,**"அசோக்"** என்பவரை களமிறக்குகிறார் ஆசிரியர்..! அவரின் ஃப்ளாஷ்பேக் வாசகர்களிடையே மிகுந்த வரவேற்பைப் பெறும். ரொம்பவும் அழுத்தமான கதாப்பதிரமும் கூட..!

- ஜெயிலில் நடக்கும் சண்டைகள்
- ஆலயத்தில் டிமனை முதலில் சந்திக்கும் காட்சி
- காட்டில் யாருக்கும் தெரியாமல் நடக்கும் ஆய்வுக்கூடம்
- மருத்துவமனை விபத்து
- போன்ற காட்சிகளை, ஒரு இயக்குநரைப் போல, தத்ரூபமாக காட்சிப்படுத்தியுள்ளார் ஆசிரியர்.

இதைப் படமாக எடுக்கும் பட்சத்தில் நான் சொன்ன மேற்சொன்ன காட்சிகள் யாவும் ரசிகர்களிடையே *"Best"* அல்லது *"Unforgettable"* சீன்ஸ் என்ற பட்டியலில் தவறாமல் இடம் பிடித்துக்கொள்ளும்..!

பொன்னியின் செல்வனில், நந்தினியின் கண் வலையில் வீழ எப்படி எந்த வாசகர்களும் தயங்கவில்லையோ அதைப் போலவே, இந்த மர்மவலையிலும் வாசகர்கள் விரும்பி வசப்படுவார்கள் என்பது திண்ணம்..!

வாழ்த்துகளுடன்,
செந்தமிழ்

சனா.நந்தினி :

இளம் எழுத்தாளனின் கற்பனைக்கு வடிவம் கொடுக்கும் இந்த புத்தகம் மிக அருமையான ஒரு க்ரைம் திரில்லர் நாவல்.

மர்ம வலை கதை ஆரம்பித்த இடத்திலேயே முடிகிறது என்று சொன்னால் ஒருவகையில் அது பொருத்தமாக தான் இருக்கும். கதை ஆரம்பித்த சில நிமிட நேரத்தில் சில சுவாரசியமான சம்பவங்களும் திருப்பங்களும் சில பக்கங்களிலேயே நம்மை கதைக்குள் மூழ்கி விடச் செய்துவிடுகிறது. குறைந்தபட்சம் இரண்டு மணி நேர அளவில் படித்து முடிக்கும் வகையில் கதை விறுவிறுப்பாகவும் சுவாரஸ்யமாகவும் இருக்கிறது.

300 பக்கங்கள் போதவில்லை என்றால் அது மிகையில்லை. ஏனெனில், மர்ம வலையில் பின்னப்பட்டிருக்கும் கதை அத்தகைய சுவாரசியம் கொண்டதாக எனக்கு இருக்கிறது. பல கதை மாந்தர்களைக் கொண்டு பின்னப்பட்டிருக்கும் இந்த மர்ம வலை புத்தகம் கதையின் நாயகன் A.C.P வாசுதேவனின் "third eye operation" பற்றிய கதை. இது ஒரு கற்பனை கதையாக இருந்தாலும் கூட நம் அன்றாட வாழ்வில் நாம் கவனிக்க தவறிய சில பிழைகளை ஆசிரியர் சுட்டிக் காட்டும் விதம் அருமையாக இருந்தது.

காட்சி அமைப்புகள் கோர்வையாக அமைந்து புத்தகத்தின் சுவாரசியத்தை மேலும் மெருகேற்றுகிறது தமிழும் ஆங்கிலமும் கலந்த எழுத்து நடை கதையை எளிதில் புரிந்து கொள்ளவும் வகையில் எதார்த்தமாக அமைக்கப்பட்டுள்ளது. எனக்கு இது படிக்கும் போது சில கதாபாத்திரங்கள் ஊக்கமளிப்பது போல் இருந்தது.

எனக்கு நிறைய கதாபாத்திரங்கள் மிகவும் பிடித்திருந்தது. அனைத்து கதாபாத்திரங்களுக்கும் சரிசமமான கதை பகிர்ந்து அளிக்கப்பட்டுள்ளது.

அதனை ஆசிரியர் மிகச் சரியான விதத்தில் கையாண்டு இருக்கிறார்.

இவரின் #கதைசொல்லட்டுமா என்ற புத்தகத்தில் கிரைம் கதைகள் சுவாரசியமாக இருந்தது. அதை படிக்கும் பொழுது அந்த புத்தகத்தில் மேலும் சில கதைகள் இருந்திருக்கலாம் என்று எனக்கு தோன்றியது. அந்த வகையில் மர்ம வலை என்ற தனிப் புத்தகம் எனக்கு திருப்தியை கொடுத்தது என்று சொல்லலாம்.

கதையின் இறுதி பாகங்களை படிக்க படிக்க கதை வேகமாக நகர்ந்தது.

அடுத்த பாகத்திற்கு தொடர்ச்சியை சஸ்பென்ஸோடு கொடுத்து ஆசிரியர் என்னை யோசிக்க வைத்து விட்டார். திருப்புங்கள் நிறைந்த மர்ம வலை புத்தகம் எத்தனை முடிச்சுகளை கொண்டு பின்னப்பட்டிருக்கிற து?! அது எப்படி அவிழ்க்கப்படுகிறது?! என்பதையெல்லாம் புத்தகத்தில் மிக சுவாரசியமாக ஆசிரியர் சொல்லி இருக்கிறார்.

சில நவீன கருவிகளைப் பற்றிய சிந்தனைகளை புத்தகம் நம்மில் ஏற்படுத்திச் செல்கிறது. அதனுடைய தாக்கம் புத்தகம் படித்த பிறகு எல்லோருக்குமே இருக்கும். ஏதோ ஒரு செய்தி நம்மிடையே விழிப்புணர்வையும் ஏற்படுத்தி செல்கிறது .

மர்ம வலை - மர்ம கதை

#மர்மவலை புத்தகம் வெற்றி பெற ஆசிரியருக்கு என்னுடைய வாழ்த்துக்கள்...

உமா மகேஸ்வரி :

- இவரோட முந்தைய புத்தகமான தீரா கனவு, கதை சொல்லட்டுமா, எல்லாம் பக்கங்கள் கம்மியாவும், *short stories* வும் இருக்கும்.

- இந்த புத்தகம் எனக்கு *Review* பண்ணி குடுங்கனு சொல்லுறப்ப சரி *ok* அப்படினு சொல்லிட்டேன். ஆனா *Pages* எவ்ளோ இருக்குனு பாக்கல அப்புறம்தான் சொன்னாரு.

- *200+* பக்கங்கள் இருந்தாலும் சீக்கிரமாவே புத்தகத்த முடிச்சிட்டேன்னு சொல்லலாம். அந்த அளவுக்கு கதைகளின் விறுவிறுப்பும், சுவாரஸ்யமும் இருந்துச்சு.

- *Technology* வளர வளர ஆபத்துகள் அதிகம் ஆகிட்டே இருக்குனு சொல்லலாம். எந்த அளவுக்கு *Techonolgy* நல்லதோ, அந்த அளவுக்கு கெடுதலும் இருக்கு.

- *Starting*-ல கதாபாத்திரங்கள் பெயர்கள் குழம்பினாலும், போக போக நன்றாக மற்றும் எல்லா கதாபாத்திரத்திற்கும் *Equal Important* கொடுத்து எழுதி இருக்கிறார்.

- படிக்கும் போது இந்த நிகழ்வுகள் இப்படிதான் அப்படினு *Visualize* பண்ணுற போல, ஒரு *Movie* பாத்த போல நல்லா இருந்துச்சு.

- புத்தகத்திற்கு படங்கள் கொடுத்து கூடுதலாக, இன்னும் படிக்க ஆர்வம் தோன்றுகிறது மற்றும் புரிகிறது.

- ஜெயிலில் நடக்கும் நிகழ்வுகளும், கொலைகள் மற்றும் இன்னும் பல விஷயங்கள் எல்லாம் நிகழும் இடத்திற்கே நம்மை கொண்டு போனது.

- *Begginers* படிக்க *Easy* வும், இன்னும் இதில் *Twists and Turns* நிறைந்திருக்கிறது.

- மொத்தமாக சொல்லவேண்டுமென்றால் *Crime* திரைப்படம் பார்த்த போல் நன்றாக இருந்தது.

முன்னுரை

“மர்ம வலை” இது என்னுடைய கற்பனை உலகம் இதில் நடக்கும் சம்பவங்கள் நிஜ உலகில் நடக்கும் சாத்தியக்கூறுகள் இல்லாமல் கூட இருக்கலாம், இப்படி நடந்தால் எப்படி இருக்கும் என்ற ஒரு ஆர்வத்தில் தான் இந்த படைப்பை படைத்து இருக்கிறேன்

கதைகள் சொல்லும் ஆர்வம் கொண்ட நான் ஒரு கதை உலகத்தை படைக்க விரும்பிய தன் விளைவாக உருவானது தான் இந்த மர்ம வலை

சிறுகதைகள் மட்டுமே எழுதி கொண்டு இருந்த எனக்கு, நாவல் எழுதும் வாய்ப்பு இந்த மர்ம வலையில் அமைந்தது, நான் பள்ளி பருவத்தில் எழுதிய ஒரு சிறுகதையான **“வாசு (எ) வாசுதேவன்”** என்ற கதையின் கருவை கொண்டு அதை மெருகேற்றி அதன் நீட்டிச்சியாக இந்த மர்மவலையை நான் பின்னி இருக்கிறேன்.

இந்த கற்பனை உலகில் ஒருவனுக்கு நடந்த ஒரு நம்ப முடியாத சம்பவத்தின் முடிச்சுகளை அவிழ்ப்பதே இந்த கதை, அவனுக்கு அப்படி என்ன நடந்தது இந்த கதை ஏன் உருவானது போன்றதை பின் வரும் பக்கத்தில் படித்து தெரிந்து கொள்ளுங்கள்.

இந்த கதையுலகம் இந்த ஒரு நாவலுடன் முடிந்து விடாது இது வாசுதேவன் வேலை செய்த ஒரே ஒரு கேஸ் தான் இதே தலைப்பில் வெவ்வேறு கேசின் பேரில் வருங்காலத்தில் என்னுடைய படைப்புகள் தொடரும்.

இது ஒரு கற்பனை உலகம் என்பதால் இதை வாசகருக்களுக்கு நாங்கள் நினைத்ததை சேர்க்க ஓவியங்களை ஒரு கருவியாக கையாண்டு இருக்கின்றோம், இந்த கதையுலகத்தில் இருக்கும் இடங்களையும் நடக்கும் சில முக்கியமான சம்பவங்களையும் ஓவியங்கள் வழியே நடு நடுவில் சொல்ல முயற்சி செய்து இருக்கின்றோம்,

நன்றி

என்னை பெற்றெடுத்து எனக்குள் திறமைகளை புகுத்தி என்னை இந்த புத்தகத்தை உருவாக்க தூண்டிய என் தாய் தந்தைக்கு நன்றி என்ற ஒரு வார்த்தையால் சிறப்பு செய்து விட முடியாது, நான் வாழும் இந்த வாழ்வில், நான் அடையும் ஒவ்வொரு உயரத்துக்குமான பெருமைகளும் அவர்களையே சென்று சேரும்.

இந்த புத்தகத்தையும், என்னையும் நம்பி இந்த புத்தகத்திற்கு உயிரோட்டம் அளிக்கும் வகையில் தங்களது உழைப்பை செலுத்தி ஓவியங்கள் வரைந்து கதைக்கு இன்னும் படிக்கும் ஆர்வம் சேர்த்த என் தோழிகள், கலைவாணி, அபிநயா மற்றும் ராஜசோபிக்கா ஆகிய மூன்று பேருக்கும் நன்றி

இப்புத்தகத்திக்கு தட்டச்சு உதவி செய்த என் தோழி பெல்சி வினிதாவிற்கும், எழுத்தாளர் விக்கினராஜ், உமாமகேஸ்வரி அவர்களுக்கும் நன்றி

இந்த கதை எழுத்து வடிவத்தில் இருந்து புத்தகம் வடிவாக மாற உதவி செய்து துணை நின்ற என் அண்ணன், அண்ணி மற்றும் எல்லாம் சூழ்நிலையிலும் எனக்கு துணை நின்று என்னை ஊக்குவித்த என் துணைவிக்கும் நன்றி.

எனது திறமையை நம்பி இந்த புத்தகத்தை பதிப்பிக்கும் ஏலே பதிப்பகத்திற்கு நன்றி,

1. குற்றமும் தண்டனையும்

சென்னை,17 ஆகஸ்ட் 2021,

அடைமழையில் ஜன்னல் அருகே அமர்ந்தான், கையில் தேநீர் கோப்பையுடன், மற்றோரு கையில் நாவல் புத்தகத்தை படிக்க தொடங்கினான் வாசு, இடி, மின்னலின் சத்தம் அவன் படிக்கும் கிரைம் நாவலுக்கு கூடுதல் படிக்கும் விருப்பத்தை ஏற்படுத்தியது.

விறுவிறுப்பாக நகர்ந்த கதையை ஆர்வத்துடன் படித்துக்கொண்டு இருந்தான், அவனின் கவனத்தை திருப்பியது ஃபோனின் ஒலி, கடிகாரத்தை பார்த்தான் சரியாக 1 மணி. இந்த நேரத்தில் யார் அழைப்பது என்று நினைத்து கொண்டு போனின் அருகில் சென்றான்.

அவனுடன் பணிபுரியும் செந்திலின் பெயர் ஃபோனில் கண்டான்.

ஃபோனை எடுத்து ,"ஹலோ" என்றான்,வாசு

"சார், உடனே நான் அனுப்புற லொகேஷனுக்கு வாங்க சார், முக்கியமான விஷயம்" என்றான்,செந்தில்.

"இந்த நேரத்தில் என்னடா முக்கியம்? " என்று கேட்டான் வாசு.

"ஒரு கொலை நடந்திருக்கு சார், உடனே இங்க ஸ்பாட்டுக்கு வாங்க" என்றான்.

“சரி வருகிறேன்” என்று சொல்லிவிட்டு தனது போலீஸ் உடையை மாற்றிக்கொண்டு கிளம்பினான்.

கும்பலை விலக்கிவிட்டு அருகில் சென்றான், இறந்து கிடந்த பெண்ணின் சடலத்தை பார்த்தவுடன் ஒரு நொடி அவனுக்கு உலகம் நின்றது போல் இருந்தது.

அதிர்ச்சியில் உறைந்து நின்றான்,பேச்சு வரவில்லை,

கண்களில் இருந்து கண்ணீர் மட்டும் வந்தது. அங்கு இருந்த இன்ஸ்பெக்டர் குருமூர்த்தி, வாசுவின் தோளில் கைவைத்தான்.

“Sorry சார்,இப்போ தான் செந்தில் சொன்னான் நான் பார்த்துக்கிறேன். கண்டிப்பாக இதை செய்தவனுக்கு தண்டனை வாங்கி தருவேன்” என்றான்.

இறந்துபோனது வாசுவின் காதலி ஸ்வாதி,

கொட்டும் மழையில் கரைந்தது அவன் கண்ணீர், ஆம்புலன்சில் அவளின் சடலத்தை எடுத்து சென்றார்,

மனம் உடைந்தபடியே சாலையில் அமர்ந்தான்.

கூட்டமும் கலைந்து சென்றது கொட்டும் மழையில் தனிமையில் சாலையில் அமர்ந்திருந்தான்.

கண்களில் கண்ணீரே வத்திப்போகும் அளவில் அழுது கொண்டே இருந்தான்.

பிறகு, அங்கே வந்து வாசுவை அழைத்து வீட்டிற்கு சென்றான்.

காரில் செல்லும் வழியெல்லாம்,

”ஏன் செந்தில் அவள் என்ன செய்தாள்?

யார் செய்தது?”

போன்ற கேள்விகளை மீண்டும் மீண்டும் கேட்டுக்கொண்டே வந்தான், அந்த சமயத்தில் அவன் கேட்டும் கேள்விகளுக்கு செந்திலிடம் பதில் இல்லை.

செந்தில் அவனை வீட்டில் இறக்கிவிட்டு,

“காலையில் போஸ்ட்மாடம் ரிப்போர்ட் வந்திடும் சார்,

குருமூர்த்தி சார் சிசிடிவி கேமராவில் பதிவானதை பார்க்க போயிருக்கார்.

ஃபாரன்சிக் ரிப்போர்ட்டும் காலையில் கிடைத்ததும்,

அதன்பிறகு பிடித்துவிடலாம் சார். நீங்கள் தூங்குங்கள்,கஷ்டம் தான் ஆனால் கடந்து செல்லனும் ” என்றான்.

சோகமாக தலையை ஆட்டிவிட்டு உள்ளே சென்றான்.

அவன் மூளையில் இது ஏன் நடந்தது,

யார் செய்திருப்பார் என்ற கேள்வியைவிட, அவள் உலகத்தில் இல்லை என்ற உணர்வை ஏற்றுக்கொள்ள முடியாமல் தன் மனதுடன் போராடிக்கொண்டு இருந்தான்.

ஜன்னல் வழியே மழையை பார்த்துக் கொண்டே இரவை கடந்தான், ஒரு நிமிடம் கூட உறங்காமல்.

அடுத்த நாள்,

செந்தில் மற்றும் குருமூர்த்தியை பார்க்க ஸ்டேஷனுக்கு சென்றான்.

செந்தில் போஸ்ட்மாடம் மற்றும் பாரென்சிக் ரிப்போர்ட்களை பெற்றுவிட்டு,

டாக்டர் சொன்னதை வாசுவிடம் கூறத்தொடங்கினான்,

"ஸ்வாதியை, ஒருவன் இரும்பு கம்பியினால் அடித்தே கொன்று இருக்கிறான், அவளுடைய கைகளும் கால்களும் உடைக்கப்பட்டுள்ளது சார்,

உடம்பில் மொத்தம் 9 எலும்புகளை உடைத்திருக்கிறான், கொடுமையான வலியை அனுபவித்திருக்கிறாள்,

பிறகு கழுத்தை அறுத்து கொஞ்சம் கொஞ்சமாக ரத்தம் வெளியேறி உயிர் பிரிந்திருக்கிறது சார்" என்றான்.

இதனை கேட்டபிறகு வாசுவின் மனம் கனமானது அந்த இடத்திலிருந்த ஸ்டேஷனின் உள்ள அறையில் சென்று கத்தினான், கதறி அழுதான், மிகுந்த கோபத்துடன் வெளியே வந்தான்,

"அந்த கொலை செய்த நாயின் முகம் கேமராவில் பதிந்து இருக்கிறதா குருமூர்த்தி?" என்று கேட்டான்.

குருமூர்த்தி தன் கையில் இருக்கும் போட்டோவை காட்டினான்.

பிறகு அவன் செல்போனில் நேற்று அவன் பார்த்த சிசிடிவி காட்சியை காட்டினான்,

அதில் ஒருவன் செந்தில் சொன்னது போலவே ஸ்வாதியை கொலை செய்வதை வாசு பார்த்தான்.

"இன்னும்,இரண்டு மணிநேரத்திற்குள் அவன் என் முன் வரவேண்டும்" என்று குருமூர்த்திக்கு ஆணையிட்டான்.

குருமூர்த்தி அவனை தேடும் வேலையில் ஈடுபட்டான்.

போலீஸ் கண்ட்ரோல் அறைக்கு சென்றான்.

போட்டோவில் இருக்கும் கொலைகாரனின் விவரங்களை சேகரித்தான்.

அவன் மீது எந்த கேசும் இல்லாததால் அவன் முகம் போலீஸ் டேட்டாபேசில் இல்லை.

உடனே சைபர் கிரைம் துறைக்கு சென்றான்,

அங்கே அவனின் விவரங்களை சேகரித்தான்.

அவனின் பெயர் ரகு என்பது தெரியவந்தது. அவன் வீட்டை தேடிச்சென்றான்.

அப்போது அவன் ஊட்டிக்கு சுற்றுலா சென்று இருப்பது தெரியவந்தது.

உடனே ஊட்டி போலீஸ்க்கு போட்டோவை அனுப்பி அவனை கைது செய்ய சொன்னான். பிறகு அவன் ஊட்டியில் இருக்கும் விஷயத்தை வாசுவிற்கு தெரியப்படுத்தினான்.

பின்னர் வாசு, செந்தில் மற்றும் குருமூர்த்தி மூவரும் ஊட்டிக்கு கிளம்பினர். போகும் வழியில் ஊட்டி போலீசிடம் இருந்து போன் வந்தது ரகுவை கைது செய்துவிட்டனர் என்று.

ஊட்டி, 18 ஆகஸ்ட் 2021, இரவு 8 மணி,

ஊட்டியில் அவனை கைது செய்து வைத்திருக்கும் ஸ்டேஷனிற்கு மூவரும் சென்றனர்.

ரகுவின் முகத்தில் ஒரு குழப்பத்தை பார்த்தான் வாசு அவனை பார்த்ததும் வாசுவின் இரத்தம் கொதிக்க தொடங்கியது.

அவன் ஸ்வாதியை அடித்து கொன்ற வீடியோ தான் அவன் மண்டைக்குள் ஓடிக்கொண்டு இருந்தது.

அவனை தனியாக லாக்கப்பிற்கு அழைத்து சென்று லத்தியை வைத்து அடித்து விசாரிக்க தொடங்கினான்,

ரகு, "சார் சார் , நீங்க என்ன கேட்குறீங்க, எதுக்கு ஆடிக்கிறிங்கனு தெரியல சார், நான் எதுவும் கொலை பண்ணல சார்" என்று அழுது கதறினான்.

நேத்து நையிட்டே நான் சென்னையில் இருந்து கிளம்பிட்டேன் சார். நான் எதுவும் பண்ணல சார்" என்று அழுதான்.

அவனிடம் அந்த கொலை செய்த வீடியோவை கட்டினான் அதை பார்த்தவுடன் ரகு அதிர்ச்சி அடைந்தான்.

"சார் இது நான் இல்லை சார். சத்தியமா நான் இல்லை" என்றான்.

வாசு அந்த வீடியோவை இன்னும் ஜூம் செய்து கட்டினான், அப்போதும் ரகுவின் முகம் ஒரு சின்ன வித்தியாசம் கூட இல்லாமல் இருந்தது.

பிறகு அவனிடம் "நேற்று எத்தனை மணிக்கு கிளம்பின சென்னையில் இருந்து?" என்று கேட்டான்.

"நைட் 1 மணிக்கு மேல்தான் சார்.

ப்ரண்ட் ஒருத்தன் ஊரில் இருந்து வந்துக் கொண்டு இருந்தான்.

அவன் வந்ததும் கிளம்பினோம் சார்" என்றான்.

அப்போது கொலை நடந்த நேரத்தில் அவன் சென்னையில் தான் இருந்திருக்கிறான் என்பது வாசுவிற்கு தெரிந்து விட்டது.

பிறகு மீண்டும் லத்தியை எடுத்து அவனை அடித்து."ஏன்டா கொலை பண்ண?" என்று கேட்டு அடித்தான்.

"சார் நான் பண்ணல சார், ப்ளீஸ் நம்புங்க சார்" என்று சொன்னதே சொல்லிக்கொண்டு இருந்தான், பிறகு வாசு அடித்த அடியில் வலிதாங்க முடியாமல் மயங்கி விழுந்தான்.

பிறகு வாசு மட்டும் லாக்கப்பில் இருந்து வெளியே வந்தான்.

"இரண்டு நாட்கள் இவன் லாக்கப்பில் உள்ளே இருக்கட்டும், நீங்கள் யாரும் இதைப்பற்றி விசாரிக்க வேண்டாம் நங்கள் பார்த்து கொள்கிறோம், மூன்று வேலை அவனுக்கு சாப்பாடு சரியாக செல்ல வேண்டும், இவனுக்காக இவனை தேடி யாராவது வந்தால் எனக்கு போன் செய்யுங்கள் இரண்டு நாளுக்கு பிறகு இவனை நங்கள் சென்னைக்கு அழைத்து செல்வோம்".

இவ்வாறு ஊட்டி இன்ஸ்பெக்டர் பிரபாகரனுக்கு கட்டளையிட்டான்.

போலீஸ் ஸ்டேஷனிற்கு எதிரில் ஒரு ஹோட்டலில் ரூம் எடுத்து மூவரும் தாங்கினர்.

ரூமில் வைத்து செந்தில் வாசுவிடம் ஒரு கேள்வியை கேட்டான்,

“ஏன் சார் அவனுக்கு இரண்டு நாள் டைம்?” என்று கேட்டான்.

“நான் நேர்மையாக இருந்து நிறைய எதிரிகளை சம்பாதித்து வைத்திருக்கிறேன் செந்தில், அதில் யார் இவனை இந்த இரண்டு நாட்களுக்கு காப்பாற்ற வருகிறார்கள் என்று பார்க்க வேண்டும் அதற்கு தான் அந்த டைம்” என்று பதிலளித்தான்.

அவர்கள் தங்கியிருக்கும் ரூமின் பால்கனியில் நின்று பார்த்தால், போலீஸ் ஸ்டேஷனில் யார் வருவது போவது என்பதெல்லாம் தெரியும்.

வாசு, பால்கனியில் நின்று கொண்டு தூங்காமல் போலீஸ் ஸ்டேஷனை பார்த்து கொண்டு இருந்தான்.

இரண்டு நாள் இரவும் யாரும் அவனுக்காக அவனை காப்பாற்ற வரவில்லை.

மறுநாள் ஸ்டேஷனிற்குள் சென்றான்.

வாசு ரகுவின் அருகில் சென்றான்,

“வலி பரவால்லையா?” என்று கேட்டான்.

ரகு, ஆம் என்பது போல் தலையை ஆட்டினான்.

பிறகு ஊட்டி இன்ஸ்பெக்டர் அழைத்து ரகுவின் கைகளுக்கு விலங்கு போட சொன்னான்.

“இவனை நாங்கள் சென்னை கூப்பிட்டு போறோம் சார், ரொம்ப நன்றி” என்று கூறிவிட்டு ரகுவை அழைத்து கொண்டு கிளம்பினர்.

குருமூர்த்தியும் செந்திலும் ரகுவின் பின் சீட்டில் அமர்ந்தனர்.

வாசு முன் சீட்டில் சாய்ந்து அமர்ந்தான்.

மனமெங்கும் காதலியின் நினைவுகளும் அவளை இழந்த சோகத்தை தாங்க முடியாத வலியும் நிறைந்து இருந்தது.

வண்டி நேராக சென்னை நீதிமன்றத்திற்கு சென்றது வாசு ரகுவை நீதிமன்றத்தின் முன் ஆஜர் படுத்தினர்.

அரசு தரப்பு வக்கீலின் மூலம் ரகுவிற்கு எதிராக சாட்சிகளை சமர்ப்பித்தனர். சம்பவம் நடந்த நேரத்தில் ரகு அங்கு தான் இருந்திருக்கிறான் என்பதிற்கு ஆதாரமாக சிசிடிவி காட்சிகள் இருந்தது ஆனால் அவன் அங்கு இல்லை என்பதை நிருபிக்கும் விதமாக எந்த ஆதாரங்களும் ரகுவின் தரப்பு வக்கீலிடம் இல்லை.

அதனை சமர்ப்பிக்க ஒரு வாரம் கால அவகாசம் கேட்டனர்.

நீதிபதி கால அவகாசம் வழங்கினார் அதுவரை ரகுவை நீதிமன்ற காவல் சிறையில் வைக்க உத்தரவிட்டார்.

ரகுவின் பெற்றோர்கள் கதறி அழுதனர் ரகுவின் வக்கீலும் ரகுவிற்கு ஆதரவாக அமையும் சாட்சிகளை உருவாக்க முயற்சி செய்ய தொடங்கினார்.

வாசுவிற்கு இந்த கேஸில் ஏதோ தப்பாக நடக்கிறது என்பதை மட்டும் உணர்ந்தான், வீட்டிற்கு வந்தான்.

அங்கே அவன் எப்போதும் இது போன்ற கேஸ்களை பற்றி ஆய்வுகள் செய்வதற்கு என்று தனியாக ஒரு அறை வைத்திருப்பான் அங்கே சென்று நின்றான்.

நடந்த சம்பவங்களை ஒன்று ஒன்றாக யோசிக்க தொடங்கினான். அவன் எதையோ தவற விடுகிறான் என்பது அவன் மனதில் ஓடிக்கொண்டு இருந்தது.

ரகுதான் கொலை செய்தது என்று வெறும் ஒரு சிசிடிவி ஆதாரம் மட்டும் தான் உள்ளது.

வேறு என்ன ஆதாரம் இருக்கிறது என்று யோசிக்க தொடங்கினான்.

அவனுக்கு அருகில் இருக்கும் சுவரின் மேல் பேப்பரில் அவன் மனதில் இருக்கும் கேள்விகளை எழுதி ஒட்டினான்.

1. *ரகு தான் கொலை செய்தது என்றால் கொலைக்கான காரணம் என்ன?*

2. *ரகுவிற்கும் ஸ்வாதிக்கும் என்ன சம்பந்தம். இருவரையும் இணைக்கும் புள்ளி எது?*

3. *ரகு பயன்படுத்திய ஆயுதம் எங்கே, சம்பவ இடத்தில் வேறு ஏதாவது கைரேகை அல்லது தடயங்கள் கிடைக்கவில்லையா?*

4. *ரகு எப்படிப் பட்டவன்?*

இந்த கேள்விகளுக்கான விடைகள் கிடைத்தால் கொலையாளி யார் என்பது தெரியவரும் என்று நம்பினான்.

நீதிபதி கொடுத்த அதே கால அகவசத்திற்குள் இந்த கேள்விகளுக்கு விடை கண்டுபிடிக்க நினைத்தான்.

நாள்-1: ரகு எப்படிப்பட்டவன்?

இந்த கேள்விக்காக ரகுவை பற்றி முழுசாக தெரிந்துக்கொள்ள நினைத்தான்.

அவனின் பள்ளி, கல்லூரி மற்றும் அவனின் நண்பர்களிடம் விசாரிக்க தொடங்கினான்.

சிலர் அவனை கோபக்காரன் என்றும் சிலர் அவன் யாருடனும் அதிகம் பழக்கம் வைத்து கொள்ள மாட்டான் என்றும் கூறினர்.

ஒருவன் அவனின் நெருங்கிய நண்பர்களான ராஜேஷ் மற்றும் சிவாவிற்கு தான் தெரியும் என்றனர்.

மறுநாள் ராஜேஷ் மற்றும் சிவாவை விசாரித்தான்.

ராஜேஷ்: “சார், அவன் கோபக்காரன் தான் ஆனால் கொலை செய்யும் அளவிற்கு மோசமானவன் இல்லை” என்றான்.

சிவா: “ஆமாம், சார் அவன் உயிருக்கு உயிராக ஒரு பொண்ணை லவ் செய்தான்.

அவள் விட்டு பிரிந்த வேதனையில் இருந்து வெளி வரமுடியாமல் தான் காலேஜில் அதிகம் யாருடனும் பழக்கம் வைத்து கொள்ளவில்லை” என்றான்.

விசாரித்து பார்த்ததில் ரகு கோபக்காரன் என்பது மட்டுமே தெரியவந்தது பிறகு ரகு காதலித்த பெண்ணை தேடிச்சென்றான் சிவாவிடம் விசாரித்ததில் அவள் பெங்களூரில் இருக்கிறாள் என்பதும் அவளின் பெயர் திவ்யா என்பதும் தெரியவந்தது.

நாள் -2 : பெங்களூர்

சிவா கொடுத்த முகவரியை வைத்து திவ்யாவின் வீட்டிற்கு சென்றான்.

"ஹலோ, நான் வாசுதேவன். உங்ககிட்ட ஒரு முக்கியமான விஷயம் பேசனும்".

"என்ன விஷயம் சார்? ". ரகுவை பற்றி தான்".

"வேண்டாம் சார் , அவனை பற்றி பேசாதீங்க, இப்போ தான் கொஞ்சம் கொஞ்சமாக நான் அவனை மறந்து வருகிறேன் மீண்டும் வேண்டாம் சார், ப்ளீஸ் ".

"நீங்க பிரிஞ்சதுக்கு காரணம் என்னனு நான் தெரிஞ்சிக்கலாமா? ".

"அது எங்களோட பர்சனல், அத ஏன் நான் உங்ககிட்ட ஷேர் பண்ணனும்".

அவன் இப்போ ஜெயிலில் இருக்கிறான்.

ஒரு கொலை செய்திருக்கிறான். அதுவும் என் காதலியை, "என்ன காரணம் ஏன் என்று தெரியவில்லை" என்று கூறிவிட்டு, ரகு கொலை செய்த அந்த சிசிடிவி காட்சிகளை அவளிடம் கட்டினான்.

அதனை பார்த்தவுடன் திவ்யாவிற்கு அதிர்ச்சி, ரகுவா இது என்னால் நம்பவே முடியவில்லை , கொலை

செய்யும் அளவிற்கு அவன் கெட்டவன் கிடையாது என்றாள்.

அவன் சற்று கோபக்காரன் தான் ஆனால் இது அவன் கிடையாது என்று ஆணித்தனமாக திவ்யா கூறினாள்.

அவள் கண்களில் உண்மை இருப்பதுபோல வாசுவிற்கு தெரித்தது.

ஆனால் கோபத்திலும் ஆத்திரத்திலும் கூட அவன் தப்பு செய்து இருக்கலாம் என்ற எண்ணமும் வாசுவின் மனதில் ஓடிக்கொண்டு தான் இருந்தது.

ஸ்வாதியை கொல்லும் அளவிற்கு ரகுவிற்கு என்ன கோபம் என்று யோசித்தான்.

"சார், கண்டிப்பா ரகு இதை செய்து இருக்கமாட்டான் சார், இதில் ஏதோ மர்மம் இருக்கிறது" என்று கூறி வாசுவின் யோசனையை கலைத்தாள்.

பின்னர் திவ்யாவின் போன் நம்பரை வாங்கிவிட்டு, "எனக்கு ஏதாவது தகவல் தேவைப்பட்டால் கூப்பிடுகிறேன்" என்றான்.

அங்கு இருந்து கிளம்பினான் வாசு பார்த்த கேஸ்களிலே இது கொஞ்சம் வித்தியாசமாகவும் அவனை மிகவும் குழப்பும் வகையில் அமைந்தது.

நாள்-3: போலீஸ் விசாரணை செய்யும் சிறை

ரகுவிற்கும் ஸ்வாதிக்கும் என்ன சம்பந்தம் என்பதை அறிந்து கொள்ள ரகுவை விசாரிக்க தொடங்கினான்.

பல வகையில் விசாரித்து பார்த்தும் ரகுவின் வாயில் இருந்து ஒரே வார்த்தைதான் வந்தது.

"எனக்கு ஸ்வாதி யார் என்று கூட தெரியாது சார் ", நான் எதுவும் செய்யவில்லை அந்த வீடியோவில் இருக்கும் பெண்ணை பார்த்தது கூட இல்லை" என்பது தான். ரகுவை அடித்தும் துன்புறுத்தியும் விசாரணை செய்து பார்த்தனர் அப்போதும் இதே பதில் தான் அவனுக்கு கிடைத்தது.

ரகு தான் கொலை செய்தது என்றால் கொலைக்கான கரணம் என்ன?

இந்த கேள்வியும் வாசுவின் மனதை சுற்றிக் கொண்டே இருந்தது.

கேஸ் ஆரம்பித்த நாளில் இருந்து ரகுவை நம்பவும் முடியாமல் அவனை நம்பாமல் இருக்கவும் முடியாமலும் நடுவில் திணறிக்கொண்டு இருந்தான் தற்போது கவனத்தை ரகுவின் பக்கத்தில் இருந்து ஸ்வாதியின் பக்கம் திருப்பினான்.

ஸ்வாதியை பற்றி நன்கு அறிந்தது வாசு தான்.

ஆனால் தனக்கு தெரியாமல் என்ன விஷயம் இருக்கும் என்று யோசிக்க தொடங்கினான்.

கொலை செய்யும் அளவிற்கு ஸ்வாதிக்கு யார் பகையாளி என்று தெரியாமல் இருந்தது. ஸ்வாதி இளகிய மனம் படைத்தவள் அவளுடன் யார் பகை வைத்திருக்க முடியும் என்று யோசித்தான்.

அவளின் நெருங்கிய நண்பர்களிடம் விசாரித்து பார்த்தான் யாருக்கும் ரகு யார் என்று கூட தெரியாமல் இருந்தது.

இந்த கொலையில் ஏதோ மர்மம் இருக்கிறது என்பது மட்டும் வாசுவிற்கு புரிந்தது.

ஆனால் அதை கண்டுபிடிக்க ஒரு சின்ன வழிக்கூட அவனுக்கு கிடைக்கவில்லை.

மீண்டும் ரகுவிடம் சென்றான் அடித்து துன்புறுத்தினான்.

"ஏன் கொலை செஞ்ச சொல்லு? . யார் சொல்லி செஞ்ச சொல்லு உனக்கும் ஸ்வாதிக்கும் என்ன சம்பந்தம் சொல்லு? " என்று கேட்டு அடித்தான்.

"நிஜமாவே நான் எதுவும் பண்ணல சார், என்னை நம்புங்க என்று ", அழுதான்.

வாசு கோபத்தின் உக்கிரத்தில் வானத்தை பார்த்து கத்தினான்.

நீதிபதி கொடுத்த ஏழு நாட்கள் முடிவுக்கு வந்தது ஆனால் ரகு தான் செய்தது என்பதிற்கான அடையாளமாக அந்த சிசிடிவி காட்சியை தவிர வேறு எதுவும் வாசுவால் கண்டுபுடிக்க முடியவில்லை.

அதே சமயம் ரகுவின் வக்கீலின் தரப்பாலும் அவன் அங்கு இல்லை என்ற ஆதாரத்தை சமர்ப்பிக்க முடியவில்லை.

ரகுவின் வக்கீல் கொண்டு வந்த சாட்சிகளை சுலபமாக வாசுவின் வக்கீல் உடைத்தார்.

கேஸ் வாசுவின் பக்கம் வெற்றியை நோக்கி சென்றது நீதிபதி ரகுவிற்கு 7 வருட சிறை தண்டனை விதித்தார்.

குற்றவாளி கூண்டில் நின்றுகொண்டு இருந்த ரகு, வாசுவை பார்த்தபடியே கண்களில் கண்ணீர் ததும்ப தலையை ஆட்டிக்கொண்டே நடந்தான்.

போலீஸ் அவனை சிறைக்கு அழைத்து சென்றனர்.

குருமூர்த்தி வாசுவிடம் வந்து, “ஒரு வழியாக நமக்கு நீதி கிடைத்தது சார் “ என்று தோளை தட்டினான்.

நாட்கள் கடந்தது வாசுவால் ஸ்வாதி இறந்து போன துக்கத்தில் இருந்து மீண்டு வர முடியவில்லை.

தூங்கா இரவுகள் அவன் வாழ்வில் அதிகம் ஆகிக்கொண்டு இருந்தது.

மனதளவில் நொறுங்கி இருந்தான்.

செய்யும் வேலையில் கவனமும் குறைந்து கொண்டு சென்றது.

அவனுக்கு மனரீதியான சிகிச்சை தேவை என்பதை உணர்ந்தான்.

மனோதத்துவ நிபுணர் *Dr.*ரேணுகாதேவி-யை சந்திக்கலாம் என்று அவனின் நண்பர்களின் பரிந்துரையை ஏற்று டாக்டரை சந்திக்க ஒற்றுக்கொண்டான்.

அவன் மீண்டும் பழைய மனநிலைக்கு திரும்பும் வரை விடுமுறை அளிக்க உயரதிகாரிகளிடம் வேண்டினான், விடுமுறையும் கிடைத்தது.

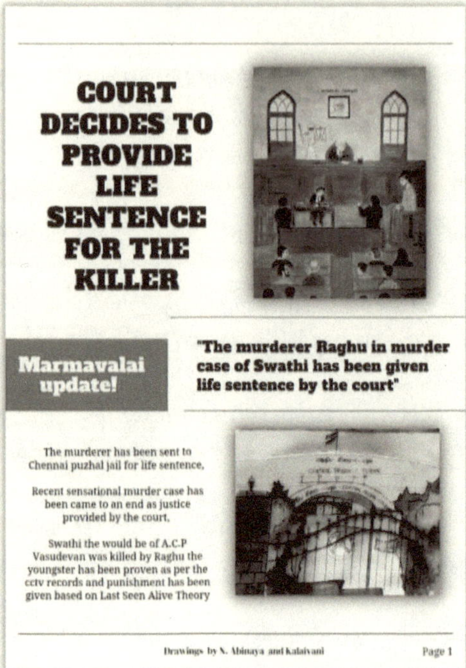

COURT DECIDES TO PROVIDE LIFE SENTENCE FOR THE KILLER

Marmavalai update!

"The murderer Raghu in murder case of Swathi has been given life sentence by the court"

The murderer has been sent to Chennai puzhal jail for life sentence,

Recent sensational murder case has been came to an end as justice provided by the court,

Swathi the would be of A.C.P Vasudevan was killed by Raghu the youngster has been proven as per the cctv records and punishment has been given based on Last Seen Alive Theory

Drawings by N. Abinaya and Kalaivani

Page 1

நாள் -1: ரேணுகா தேவி கிளினிக்

"ஹலோ சார், நான் ரேணுகா அடுத்த 3 மாதத்திற்கு நான் தான் உங்களுடன் பயணிக்க போகிறேன்" என்று கையை நீட்டினாள், புன்னகையுடன் வாசுவும் கை கொடுத்தான்.

"சார், நீங்க கடைசியாக என்று நல்ல ஆழ்ந்து தூங்கினீங்க?" என்று ரேணுக்கா கேட்டாள்

"ஒரு இரண்டு வாரங்களுக்கு முன்பு" என்றான்.

"உங்களை பற்றி கொஞ்சம் தெரிஞ்சிகிட்டேன், காதலியின் பிரிவு தான் உங்களின் இந்த மனநிலைக்கு காரணம் என்று அது தான் உண்மையா? " என்று கேட்டாள்.

"இதற்கு முன்பு நான் இப்படி இருந்ததே இல்லை ஸ்வாதியின் மரணத்தில் இருந்து என்னால் வெளியே வர முடியவில்லை என்பது உண்மை தான் ஆனால் இன்னும் ஏதோ ஒரு உணர்வு என்னை துன்புறுத்தி கொண்டே இருக்கிறது அதை என்னால் வார்த்தையால் சொல்ல முடியவில்லை" என்றான்.

"இந்த ரெண்டு வாரத்தில் தூங்குவதற்கு முயற்சி செய்தீர்களா? "

"ஹான், பண்ணேன் ஆனால் என்னால் தூங்க முடியவில்லை", ஸ்வாதியின் மரணமும் அவன் மனதில் இருக்கும் ஏதோ ஒரு குற்ற உணர்வும் தான் அவனை உறங்க விடாமல் செய்கிறது என்பதை ரேணுக்கா உணர்ந்தாள்.

"உங்கள் மனதில் ஏதாவது குற்ற உணர்ச்சி இருக்கிறதா? என்று பகிரலாம் நான் நீதிபதி கிடையாது சரி தவறு என்று உங்களை நினைப்பதற்கு அதனால் தாராளமாக சொல்லலாம்" என்றாள்.

"அப்படி எதுவும் இருப்பதாக தெரியவில்லை " என்றான்.

அவன் தூங்குவதற்காக ஒரு மாத்திரையை கொடுத்துவிட்டு, "நாளை வரும்போது நன்றாக தூங்கி எழுந்து வாருங்கள் என்று கூறி அனுப்பி வைத்தாள்.

அடுத்த நாள் காலை 10 மணி வாசுவை பார்க்க ரேணுகா வாசுவின் வீட்டிற்கு சென்றாள்.

கதவிற்கு வெளியே நின்றபடி காலிங் பெல்லை அழுத்தினாள்.

வாசு கதவை திறந்து அவளை உள்ளே வரவேற்றான்.

அவளை சேரில் அமர வைத்து விட்டு அவளுக்காக குடிப்பதற்கு ஏதாவது தயார் செய்ய சமையல் அறைக்கு சென்றான்.

சில நிமிடங்களில் சூடான காப்பியுடன் வெளியே வந்தான்.

இருவரும் காப்பியை குடித்துக் கொண்டே பேசத் தொடங்கினர்.

"நேற்று நன்றாக தூங்குனீங்களா?, மாத்திரை சாப்பிட்டீங்களா ? " என்று கேட்டாள்.

"ஏதோ, சில மணிநேரம் தூங்கினேன், சற்று ஆறுதலாக தான் இருந்தது அந்த தூக்கமும் மனதிற்கு " என்றான்.

"உங்களுக்கு இன்று ஏதாவது கமிட்மென்ட்ஸ் இருக்கா? " என்று கேட்டாள்.

"இப்போதைக்கு எதுவும் இல்லை இனி என்ன வரும் என்று தெரியவில்லை" என்றான்.

அப்போ, நான் உங்களை ஒரு இடத்திற்கு அழைத்து செல்கிறேன் வர முடியுமா? " என்று கேட்டாள்.

அவனும் ஒத்துக்கொண்டான் இருவரும் காரில் கிளம்பினர்.

தூரமான பயணமாக அமைந்தது அது, இருவரும் நன்றாக பேசிக்கொண்டு சென்றனர். வாசுவிற்கு ரேணுவிடம் பகிர்ந்து கொள்வது மனதிற்கு ஆறுதலையும், ஒரு புதிய நம்பிக்கையையும் கொடுத்தது.

கார் சென்னையை தாண்டி சென்றது.

ஒரு சிறிய கிராமத்திற்கு அழைத்து சென்றாள்.

பச்சை பசேர் என்ற புல்வெளிக்கு மத்தியில் ஒரு மாடிவீடு இருந்தது, அங்கே அழைத்து சென்றாள்.

"இது, என்னோடு அப்பா அம்மா வாழ்ந்த வீடு. இப்போ ரெண்டு பேரும் இல்லை. நான் என் மனசு எப்போது எல்லாம் ஒரு நிம்மதியும் அமைதியும் வேணும்னு நினைக்கும் போதெல்லாம் இங்க தான் வருவேன்.

சுற்றி இயற்கை, ஜன்னல் திறந்தால் தென்றல், அதுமட்டும் இல்லை இங்க செல்போன் டவர் சரியாக கிடைக்காது அதனால் செல்போன் நச்சும் இருக்காது.

உனக்கு ஒக்கேனா ஒரு நாள் இங்கே தங்கிப்பாரு கண்டிப்பாக இங்கு இருந்து செல்லும்போது புது மனிதனாக உணர்வு தரும்" என்று சொன்னாள்.

வாசுவும் அங்கே தங்குவதற்கு ஒத்துக்கொண்டான்.

பின்னர் ரேணு முருகேசனை வாசுவிற்கு அறிமுகம் செய்து வைத்தாள்.

"இவர் தான் முருகேஷ் அண்ணா. நான் இல்லாத நேரம் இந்த வீட்டை பார்த்து கொள்கிறார்.

அம்மா அப்பா இருந்த காலத்தில் இருந்தே இவரை எனக்கு தெரியும்.

இவர் வீடும் பக்கத்தில் தான் இருக்கிறது, இன்று நமக்கு வேண்டிய விஷயங்களை இவர் செய்து தருவார்.

உனக்கு ஏதாவது தேவை என்றால் அண்ணனை கேளுங்கள்", என்று சொல்லி விட்டு அங்கு இருந்த ஒரு அறைக்குள் சென்றாள்.

"சார், நீங்க நல்லா குளிச்சிட்டு வாங்க, வண்டில வந்தது அலுப்பு அதிகமாக இருக்கும். நான் உங்களுக்கு சுவையா சமைத்து வைக்கிறேன் " என்றான்.

குளித்துவிட்டு வந்தான், அறுசுவை உணவு வந்தது அதை வாசுவும் ரேணுவும் ரசித்து சாப்பிட்டனர்.

சாப்பிட்டு முடித்த பிறகு "நன்றி ரேணு, நல்ல உணவு" என்று கூறினான்.

பிறகு ஒரு அரை மணிநேரம் ஃபோனில் செந்திலிடம் பேசினான்.

பேசி முடித்துவிட்டு அங்கே இருக்கும் கட்டிலில் படுத்து ஒரு குட்டி தூக்கம் போட்டான்.

ஒரு மணிநேரம் கழித்து எழுந்தான்.

பக்கத்தில் இருக்கும் அறைக்கு சென்றான். நீளமான அறை அதில் பத்துக்கும் மேற்பட்ட போலீஸ் அதிகாரிகள் அமர்ந்து இருந்தனர் சுவரில் ஒரு வெள்ளை போர்டு மாட்டப்பட்டு இருந்தது. டேபிளில் ஒரு ஃபைல் இருந்தது அதில் "ஆப்ரேஷன் தேர்ட் ஐ" என்று எழுதி இருந்தது பிறகு ரேணுகா கதவை திறந்து உள்ளே வந்தாள்.

வாசுவை பார்த்து "சார், என்று சல்யூட் அடித்தாள்.

நீங்க கேட்ட ஸ்குவார்ட் அசேம்பில் ஆய்ட்டாங்க சார் " என்றாள்.

"ஹலோ *folks, I am Vasu* , ஆப்ரேஷன் தேர்ட் ஐ -ஓட ஹெட். அடுத்த ஆறு மாசம் நம்ம ஒன்னா தான் பயணிக்க போறோம்.

எனக்கு உங்களோடு முழு கோவாப்ரேஷன் இந்த கேஸ்க்கு தேவை.

Its highly confidential operation, அதனால் ஒரு சின்ன விஷயம் கூட இந்த நாலு சுவருக்கு வெளியே லீக் ஆக கூடாது.

இங்க இருக்கிற ஒரு ஒருத்தருக்கும் டெய்லி டாஸ்க்ஸ் இருக்கு அதை மனசாட்சிக்கு விரோதம் இல்லாமல் செய்விங்கனு நம்புறேன்.

நீங்க எப்போவும் போல வேலை செய்யுங்க என்கிட்ட இருந்து கமெண்ட்ஸ் வரும்போது நான் சொல்லுறத செஞ்ச போதும் " என்றான்.

இரவு நேரம் ரகுவிற்கு தண்டனை கிடைத்த நாள்...

ரகுவிற்கு சிறை தண்டனை கிடைத்த அன்று இரவு வாசு ஒரு ஃபைலுடன் கமிஸ்னாரை பார்க்க அவரது வீட்டிற்கு சென்றான்.

"சொல்லுங்க வாசு என்ன பிரச்சனை, ஏன் என்னை தனியாக மீட் பண்ணனும்னு சொன்னீங்க" என்று கேட்டார்.

"ரொம்ப முக்கியமான ஒரு கேஸ் சார் , நான் சொல்லுறது உங்களுக்கு கண்டிப்பாக அதிர்ச்சியாக இருக்கும்" என்றான் வாசு.

"ஸ்வாதி கொலை கேஸ் தான் சார், அதில் குற்றவாளி யாருனு நினைக்கிறீங்க" என்று கேட்டான் வாசு.

"ரகு தான், அதுதான் கேஸ் முடிவில் அவன் தான் கொலை செய்தது என்று தீர்ப்பே வந்திருச்சே, அது மட்டும் இல்லாமல் அதற்கான ஆதாரமும் இருக்கே" என்றார் கமிஷ்னர்.

"இல்லை சார் அது மட்டுமே போதுமான ஆதாரம் இல்லை அவன் தண்டனை அனுபவிக்க, நியாயமா பார்த்த கேஸ் அவன் பக்கம்தான் போயிருக்கனும்.

ஆனால் அவனுக்கு எதிர் திசையில் போனது தான் எனக்கு மிகவும் ஆச்சிரியமாக இருக்கு ".

"நீ தான் விசாரணை ஆரம்பித்து, நீ தான் அவனை குற்றவாளினு புரூவ் பண்ணது. ஆனால் இப்போ அவன்

இல்லைனு சொல்லுற , அப்போ என்ன தான் நடக்குது இந்த கேஸ்ல? ".

"நான் தான் சார் இந்த இன்வெஸ்டிகேஷனை ஆரம்பித்தது. எனக்குள்ள சில கேள்விகள் ஓடிக்கொண்டு இருந்தது. அதுல ஒன்னு தான்.

"ரகு பயன்படுத்திய ஆயுதம் எங்கே, சம்பவ இடத்தில் வேறு ஏதாவது கைரேகை அல்லது தடையங்கள் கிடைக்கவில்லையா ?"

.இந்த கேள்விக்கு பதிலை கண்டுபிடிப்பதற்காக நான் சம்பவ இடத்திற்கு சென்றேன். சுற்றி தேடினேன் அங்கே எதுவும் கிடைக்கவில்லை.

சுற்றி இருக்கும் எல்லா சிசிடிவி பதிவுகளையும் பார்த்தேன், ரகு கொலை செய்தது தான் பதிவாகி இருந்தது.

ஆனால் கொலை நடந்த இடத்தில் இருந்து 500 மீட்டர் தொலைவில் இருந்த ஒரு சிசிடிவி பதிவில் எனக்கு ஒரு அதிர்ச்சி காத்துக்கொண்டு இருந்தது.

ரகு அந்த வீடியோ பதிவில் போட்டு இருந்த அதே ஆடையுடன் கையில் சுவாதியை தாக்கிய கம்பியையும் வைத்திருந்தான்" என்று சொல்லி விட்டு அவனின் போட்டோவை கமிஷ்னரிடம் கட்டினான்.

"அப்புறம் ஏன் இவனை அரெஸ்ட் பண்ணாம ரகுக்கு தண்டனை வாங்கி கொடுத்தீங்க " என்று கேட்டார்.

அவன் கையில் ஆயுதம் இருக்கு ஆனால் அவன் தான் கொலை செய்தது என்பதற்கு ஆதாரம் இல்லையே அவன் அடித்து கொன்ற அந்த ஒரு கம்பி கிடைத்தால் போதும் அதை வைத்து கண்டுபிடித்து விடலாம் என்று

அதை தேடினேன், இரண்டு நாளாக தேடினேன் அதே சம்பவ இடத்தில் அதற்கு சுற்றி இருக்கும் இடத்திலும்.

எனக்கு அந்த கம்பியும் கிடைத்தது ஆனால் ஆராய்ந்து பார்த்தால் அதிலும் ரகுவின் கைரேகை தான் இருக்கிறது.

அது எப்படினு தெரியல ".

"அப்போ ரகு தான் செஞ்சிருப்பான், இதில் ஒரு சந்தேகமும் இல்லை" என்றார் கமிஷ்னர்.

"இல்லை சார், எனக்கு ஏதோ இதற்கு பின்னாடி ஒரு பெரிய கும்பல் இருப்பாங்கனு சந்தேகம் இருக்கு சார், இது சாதாரண கொலை கேஸ் மாதிரி இல்லை சார்.

ரகுவை நான் விசாரித்த போதே எனக்கு தெரிந்தது சார் கண்டிப்பா அவன் பண்ணிருக்கமாட்டான்னு, ஆனால் அதை புரூவ் பண்ண அவன்கிட்ட எந்த ஆதாரமும் இல்லை அது தான் பிரச்சனை.

கொலை வேறு ஒருவர் செஞ்சிட்டு பழி வேற ஒருத்தன் மேல விழுற மாதிரி தெளிவாக ஒரு குரூப் இயங்கிக்கொண்டு இருக்காங்க சார். அதை நாம சீக்கிரம் கண்டுபிடிக்கனும்"

"இப்போ இந்த கேஸ்ல நான் என்ன உதவி செய்யணும்னு கேட்குற?" என்று கேட்டார் கமிஷ்னர்.

"கேமரா சார், அது தான் அவங்களோட முக்கிய கருவி நாம பண்ணப்போற இந்த ஆப்ரேஷனின் ஒரு சின்ன விஷயம் கூட எந்த ஒரு சிசிடிவி கேமராவிலும் பதிவுகளை மிகவும் ரகசியமாக பண்ணனும் வெளி உலகிற்கு நான் லீவ்ல போனதாக மட்டும்தான் தெரியனும் ஆனால் எனக்கு ஒரு ரகசிய படை வேணும்" என்றான்.

"ஒரு கொலை கேஸ்ற்கு ஒரு ஆப்ரேஷன் வேணும்னு கேட்குறீங்க ? " என்று கேட்டார்.

"ரகு மாதிரி ஒரு மாதத்திற்கு 2 பேர் தப்பே செய்யாமல் தண்டனை அனுபவிக்கிறாங்க, இதே மாதிரி கேஸ் கடந்த மூணு வருஷத்துல 72-க்கும் மேல பதிவு ஆகி இருக்கிறது.

அவுங்களோட குடும்பம் மற்றும் எதிர்காலத்திற்காக இந்த ஆப்ரேஷன் ரொம்ப முக்கியம்னு நினைக்கிறேன் சார் ".

"ஒருவேளை உண்மையிலே தோற்று போச்சுன்னா, நான் வேலை செய்த கடைசி நாட்கள் அதுவாக தான் இருக்கும்" என்றான்.

சரி, இந்த விஷயம் எனக்கு அவ்வளவு ஸ்ட்ராங்க தெரியல ஆனால் உன் மேல் இருக்கிற நம்பிக்கையில் உனக்கு இந்த உதவி செய்யுறேன்.

நாளைக்கு உன்னோட தேவைகளுடன் ஆபீசில் வந்து பாரு" என்றார்.

"Thank you சார் " என்று சொல்லிவிட்டு சல்யூட் அடித்து விட்டு சென்றான்.

மறுநாள் இந்த ஆப்ரேஷனுக்கு தேவையான அணைத்து விஷயங்களையும் ஒரு ஃபைலாக தயார் செய்து கமிஸ்னர் முன்பு சமர்ப்பித்தான்.

●

2. ஆப்ரேஷன் தேர்ட் ஐ

கமிஷனர் மறுநாள் அந்த ஃபைலை பார்த்துவிட்டு வாசுவிற்கு போன் செய்தார்.

“என்னையா நீ, இவ்வளவு ரிசேர்ச்சஸ் கேட்டுருக்க, இவ்வுங்க எல்லாம் *Hi-tech* ஆஃபீசர்ஸ், யாருக்கும் வேலை இருக்காதுனு நினைக்கிறியா?

விட்டா மொத்த டிபார்ட்மெண்ட்டும் இந்த ஒரு கேஸ்க்கு வேலை செய்ய சொல்லுவ போல இவ்வளவுலாம் முடியாது,

என்ன ரிசேர்ச்சஸ் முடியும்னு பார்த்து நானே அனுப்புறேன் என்று கூறி காலை கட் செய்தார்.

வாசுவிற்கு பேசுவதற்கோ அவன் பக்கத்தில் இருக்கும் கஷ்டத்தை சொல்லவோ அவர் நேரம் கொடுக்க வில்லை.

தான் கேட்ட டீம் அமையவில்லை என்று அவன் உடைந்து போகவில்லை. கமிஷ்னர் கொடுத்த டீமுடன் அவன் இந்த ஆப்ரேஷன்க்காக பார்த்து வைத்திருத்த இடத்தில் அவர்களை வரவழைத்தான்.

அங்கு இருக்கும் போர்டில் "ஆப்ரேஷன் தேர்ட் ஐ" என்று எழுதினான்.

"ஹலோ டீம், நான் இப்போ சொல்லுறத கவனமாக கேளுங்க, இதுதான் அடுத்த *2* மாசம் வேலை செய்ய போற ஆப்ரேஷன். குற்றங்களை கண்டுபிடிக்க உருவாக்குன ஒரு கருவி தான் சிசிடிவி கேமரா. சமீப காலமாக கேமெராக்களில் குற்றங்கள் பதிவாகுது. அதை சாட்சியாக வைத்து தண்டனைகளும் கிடைக்குது ஆனால் உண்மையாக குற்றவாளிகளுக்கு இல்லை.குற்றவாளியாக அப்பாவிகள் இந்த வலையில் மடிக்கிறாங்க, நான் சொல்ல வரும் விஷயம் புரியலனு நினைக்கிறன்.

சிசிடிவியில் நம்ம பார்குற விஷயம், ஒரு கேங் அவுங்க என்ன நடந்துச்சுனு காட்டணுமுணு நினைக்கிறாங்களோ அதை தான் நம்ம பார்க்கிறோம். சிசிடிவி பதிவுகளை தங்களுக்கு ஏற்ற மாதிரி மாத்துறாங்க. ஏதோ ஒரு பெரிய குழு இதுக்கு பின்னால் இருக்கிறது. அதை நாம் கண்டுபிடிக்கனும்.நாம வெளி உலகத்திற்கு எப்போதும் இயல்பாக எப்படி நடத்துகிறோமோ அப்படி தான் இருக்க வேண்டும்.

இந்த பில்டிங்ல மட்டும் தான் இந்த ஆப்ரேஷன்பத்தி பேசனும்" என்றான்.

டீமில் ஒரு டெக்னாலஜி அனலிஸ்ட் இருந்தார், ராமன் என்று. அவர் எழுந்து.

"இதுக்கு ஏன் சார் ஆப்ரேஷன் எல்லாம் சிசிடிவி டேட்டாபேஸ் கராப்ட் ஆயிருக்கு ஏதாவது பக் இருக்கிறதா, என்று கண்டுபிடித்தால் போதுமே ?" என்று கேட்டார்.

"ஒரு மாசமா முயற்சிசெஞ்சிட்டோம் ராமன் . அதை கண்டுபுடிக்க முடியவில்லை டேட்டாபேஸ் எல்லாமே பக்காவாக இருக்கு" என்றான் வாசு.

"அப்போ, இதை எப்படி சார் ஒரு கேங் பண்ணுறாங்கனு சொல்லுறீங்க ?" என்று கேட்டார் ராமன்.

"ரகு கொலை செய்யவில்லை என்ற நம்பிக்கை.ஆனால் அவனுக்கு நானே தண்டனை வாங்கி கொடுத்துவிட்டேன். அவனை விசாரிக்கும் போதும் அவனுக்கு தண்டனை வழங்கும்போதும் அவன் கண்களில் உண்மை தெரிந்தது " என்றான்.

"ஒரு மாசத்திலே தெரிஞ்சிரும் சார், நம்ம பன்றது தப்பு . இந்த ஆப்ரேஷன்யூஸ்லெஸ்னு, இதில் நம்ம சந்தேகம் மட்டும் பட முடியும் சார். ஆதாரங்கள் கிடைக்காது, *Sorry to discourage you sir* " என்றார் ராமன்.

"எனக்கு இந்த ஆப்ரேஷன் மேல நம்பிக்கை இருக்கு கண்டிப்பாக இதற்கு பின்னால் நடக்கும் சதியை

வெளிச்சத்திற்கு கொண்டு வருவேன். ஆப்ரேஷன் 2 மாதம் நடக்கும் அதுவரை நீங்க எல்லோரும் என்னுடன் நான் சொல்வதை செய்து தான் ஆகனும்" என்று கட்டளை விதித்தான். பிறகு அங்கு இருந்து கிளம்பி வீட்டிற்கு சென்றான். வீட்டிற்குவந்து சிந்திக்க தொடங்கினான். யாருக்குமே இந்த கேஸின் முக்கியத்துவம் தெரியவில்லை என்று யோசித்துக் கொண்டே டீவியை போட்டான்.

"சமிபத்தில் ஸ்வாதி கொலை வழக்கில் கைதான ரகு சிறையின் உள்ளே தற்கொலை செய்து கொண்டான். தற்கொலைக்கான காரணம் என்னவாக இருக்கும் என்று போலீஸ் விசாரணை".

இவ்வாறு செய்தி சேனல்களில் செய்தி ஒளிப்பரப்பு ஆகி கொண்டு இருந்தது, இதனை பார்த்துக்கொண்டு இருக்கும் போதே கமிஷ்னரிடம் இருந்து போன் வந்தது.

"என்னையா, நியூஸ் பார்த்தியா இது என்ன தலைவலியாக இருக்கு தெளிவாக தான் விசாரிச்சியா?,

இந்த நேரத்துல நம்ம கொலையாளி இவன் இல்லைனு ஒரு ஆப்ரேஷன் போகுதுனு தெரிஞ்ச, நாம அவ்வளவு தான், இவன் தான் பண்ணானு எல்லாம் எவிடென்ஸ் இருக்குல்ல இதோட அப்படியே விடு, இந்த கேஸ்ச நீ நோண்டுறது தெரிஞ்ச நமக்கு தான் கெட்ட பேரு, இந்த சீக்ரட் ஆப்ரேஷனை நிறுத்து" என்றார்.

வாசு எதுவும் சொல்லாமல் ,"சரி சார் ",என்று பொருமையான குரலில் சொன்னான்.

அன்று இரவு வாசுவின் செல்போனுக்கு ஒரு மெசேஜ் வந்தது.

FROM UNKNOWN: " Threat on officers of police, Be Alert "

இதை பார்த்தவுடன் வாசுவிற்கு சற்று பயமாக இருந்தது யாருக்கு என்ன நடக்க போகிறது என்று பயந்து கொண்டு இருந்தான்.ஆப்ரேஷன் தேர்ட் ஐ டீமில் இருக்கும் அனைவருக்கும் போன் செய்து பத்திரமாக இருக்க சொன்னான். அன்று இரவு முழுவதும் தூங்காமல் விழித்திருந்தான். அந்த மெசேஜை அவன் எளிதாக எடுத்துக்கொள்ள வில்லை அடிக்கடி நியூஸ் சேனலையும் பார்த்துக்கொண்டு இருந்தான்.விடியற்காலை 4 மணிக்கு ஒரு செய்தி வந்தது.

"திருவான்மியூர், காவல் ஆய்வாளர் சரவணன். அடையாளம் தெரியாத நபர்களால் சுட்டுக் கொள்ளப்பட்டார் " .

இதை பார்த்தவுடன் வாசுவிற்கு ஒரு அதிர்ச்சி யார் இந்த சரவணன், இவருக்கும் நம்ம கேஸிற்கும் என்ன சம்பந்தம் என்று யோசிக்க தொடங்கினான்.

மறுநாள் கமிஷ்னர் ஆபீஸ்க்கு சென்றான். ஆப்ரேஷன் தேர்ட் ஐ பற்றி பேச கமிஷ்னர் முன் சல்யூட் அடித்து நின்றான்.

"வாங்க வாசு, நேற்று நியூஸ் பார்த்திருப்பீங்கனு நினைக்கிறன். சரவணன், நல்ல மனுசன்யா. ஏன் அவன போட்டாங்க என்ன மோட்டிவ் , யார் செஞ்சது எதுவும் தெரியல, ஒரே குழப்பமா இருக்கு" என்று வாசுவிடம் பொலம்பினார்.

“சார் ,எனக்கு நேற்றே இன்போர்மேஷன் வந்தது. ஆனால் அது யாரை கொள்ள போறாங்கனு வரல சார்னு”, அவனுக்கு வந்த மெசேஜை காட்டினான்.

“இது யார்யா புதுசா, இவனை முதல கண்டுபிடிச்சிங்கல ? ” என்று கேட்டார்.

“பண்ணியாச்சு சார் , இன்னும் 10 நிமிசத்தில் இங்க இருப்பார்” என்றான் வாசு.

“யார்யா ,அது ?” என்று கேட்கும் போது. கதவை துறந்து அவன் உள்ளே வந்தான். அவனை பார்த்தவுடன் கமிஷ்னரின் முகத்தில் ஒரு பெரிய அதிர்ச்சி. அவரால் நம்பவும் முடியவில்லை. வந்து நின்றது யாரும் இல்லை ரகுதான் கமிஷ்னர் முன் நின்று. “விஜிலென்ஸ் ஆஃபீசர் ரகுநாத் சார் “ என்று கூறி சல்யூட் அடித்தான் ரகு.

எதுவும் புரியாமல் திகைத்து நின்ற கமிஷ்னரின் குழப்பத்தை தீர்க்க வாசு பேச ஆரம்பித்தான்.

“ரகுநாத் , என்னோட இந்த ஆப்ரேஷன் தேர்ட் ஐ ஓட ஒரு முக்கியமான ஆஃபீசர். இந்த ஆப்ரேஷன் உங்களுக்கு முன்னாடி கமிஷ்னர் ஆக இருந்த நாகேந்திரன் சார், டைம்லே ஸ்டார்ட் பண்ணியாச்சு சார், நீங்க நினைக்கிற மாதிரி இது வெறும் சின்ன கேஸ் கிடையாது சார். 5 வருடங்களாக நமக்கே தெரியாமல் அப்பாவிகள் குற்றவாளி ஆகுறாங்க. அவுங்க நிரபராத்தினு புரூவ் பண்ண எந்த ஆதாரங்களும் இல்லை ஆனால் குற்றவாளினு காட்ட சிசிடிவி ஆதாரங்களும் கைரேகையும் கிடைக்கிறது எல்லாம் கேஸ்களும் ***“LAST***

SEEN ALIVE"-னு சட்டத்தில் இருக்குற ஒரு தியரி வச்சு தான் கோர்ட்ல தண்டனையும் வழங்குறாங்க .

"கொலை நடந்த நாளில் ,கொலை செய்யப்பட்டவருடன் காணப்பட்டால், அவரே சிசிடிவி காட்சிகளிலும் இருந்தால் அவனை குற்றவாளி என்று தண்டனை வழங்கலாம். இந்த ஒரே தியரியில் சுமார் 100-க்கும் மேல் கேஸ் அதுவும் கடந்த 5 வருடங்களாக முடிக்கப்பட்டு இருக்கிறது. இந்த மாதிரி கேசஸில் நிறைய மர்மங்கள் இருக்கு அதுல நமக்கு புதுசாக வந்திருக்கும் தலைவலி தான் இந்த சரவணனின் கொலை " என்று சொல்லி முடித்தான்.

"சார், இந்த மாதிரி சிசிடிவி கேஸில் பாதிக்கப்பட்ட ஒருவன் தான் நான்" என்று ரகு தனக்கு நடந்ததை சொல்ல ஆரம்பித்தான்.

சுவாதி எப்படி இறந்தாள் என்று நீங்கள் பார்த்தீங்களோ அதே மாதிரி தான் என் தங்கை கீர்த்தனா இறந்தாள். ஏன் இறந்தாள் ? என்ன தவறு அவள் செய்தாள் என்று இன்னும் எனக்கு எந்த விடையும் கிடைக்கவில்லை.

அந்த கேஸை விசாரணை செய்தது வாசு சார் தான். குற்றவாளி என்று ஒருவனுக்கு தண்டனை கிடைத்தது. ஒரே வாரத்தில் சிறையில் தூக்குப்போட்டு கொண்டான். அந்த கேஸை டிபார்ட்மென்ட்டும் பெருசா எடுத்துக்கல, வாசுதேவன் தனிப்பட்ட முறையில் விசாரணை செய்ததில், அவன் செய்யவில்லை என்று தெரிய வந்தது.

ஆனால் அதனை சட்டத்தின் முன் நிருபிக்கும் வகையில் ஆதாரங்கள் இல்லை. அவனை நம்பியிருந்த குடும்பத்திற்கு என்ன நிலை என்று தெரியவில்லை.

அவன் செய்யவில்லை கொலை நடந்த நேரத்தில் அவன் சினிமா தியேட்டரில் படம் பார்த்து கொண்டு இருந்ததற்கு ஆதாரமாக அவனின் படம் பார்த்த டிக்கெட் கிடைத்தது. ஆனால் சினிமா தியேட்டரின் சிசிடிவி காட்சிகள் அவன் எடுத்த சீட் நம்பரில் வேறு ஒருவன் படம் பார்த்து கொண்டு இருப்பது போல இருந்தது.

அந்த தியேட்டரில் வேலை செய்யும் ஊழியர்களிடம் கேட்டேன்."அவனது போட்டோவை காட்டி இவரை நேற்று யாராவது இந்த குறிப்பிட்ட நேரத்தில் பார்த்தீர்களா ?" என்று. ஒருவன் மட்டும் கையை தூக்கினான். அங்கே பீஸ்சா கவுண்டரில் வேலை செய்யும் இளைஞன். "நான் பார்த்தேன் சார், நேற்று இங்க தான் பீஸ்சா வாங்குனாரு.

நான் தான் சீட்ல போய் குடுத்தேன்" என்றான். "சீட் நம்பர் என்னனு தெரியுமா ?" என்று வாசு கேட்டான்.

"ஒரு நிமிஷம் சார் " என்று பக்கத்தில் இருந்த நோட்டை துறந்து சீட் நம்பரை தேடினான். பிறகு *B-4* என்றான். வாசு கையில் வைத்திருந்த டிக்கெட்டை பார்த்தான்.

அதிலும் சீட் நம்பர் *B-4* தான், சிசிடிவி கேமராவில் *B-4*யில் இருப்பது யார் என்று பார்த்தான்.

ஆனால் அது குமார் இல்லை. ஆமாம் சட்டத்தால் தண்டனை பெற்று இறந்தவன் குமார். ஆனால் அவன் எடுத்து படம் பார்த்த சீட்டில் அவனுக்கு பதில் வேறு யாரோ முகம் பதிவான சிசிடிவி கேமரா காட்சி கண்ணால் பார்த்த காட்சியே குமார் தான் தியேட்டரில் இருந்தான் என்று சொல்லுகிறான். இதையெல்லாம்

வைத்து பார்க்கும் போது ஏதோ ஒரு கும்பல் இதற்கு பின்னால் வேலை செய்கிறது என்பதை உணர்ந்தோம்.

இதை பற்றி நாகேந்திரன் சார் கிட்ட பேசினோம். ரகசியமாக ஒரு டீம் ரெடி பண்ணோம். அவங்க பண்ணுற அதே பாணியில் ஒரு கொலை நடந்து. அதை அவுங்க பண்ணலன்னு அவுங்களுக்கு தெரியும் போது கண்டிப்பாக, அந்த கொலை செய்தது யார். யார் அது நம்மளோடு மோடஸ் ஒபேராண்டில கிரைம் பண்ணுறதுனு கண்டிப்பாக தேடி வருவாங்கனு ஒரு கெஸ்ல தான் சுவாதி மர்டரை ஸ்டேஜ் பண்ணோம். இந்நேரம் அவுங்க நம்மல குளோஸ்சா கண்காணிக்க வாய்ப்புகள் இருக்கு. அதுனால தான் இந்த மிஷன். ரொம்ப சீக்ரெட்டா இருக்கனும் நினைக்கிறோம்".

ரகு சொன்ன அனைத்து விஷயத்தையும் பொருமையாக கேட்டுவிட்டு கமிஷ்னர், "சரி இப்போ நான் என்ன பண்ணனும் ?" என்று கேட்டார்.

"இந்த ஆப்ரேஷன்க்கு பர்மிஷன் சார், இதை நிறுத்த கூடாது. அப்புறம் நாங்க கேட்ட ரிசோஸ்சஸ் என்று பயிலை அவரை நோக்கி தள்ளினான்.

"சரி, புரோசிட் பண்ணுங்க, ஹோம் மினிஸ்டர் கிட்ட நான் பேசுறேன்" என்றார்.

"Thanks Sir" என்று சல்யூட் அடித்துவிட்டு இருவரும் வெளியேறினர்.

காரில் சென்று கொண்டு இருக்கும்போது வாசு. ரகுவிடம் ஒரு கேள்வியை கேட்டான்.

ஆமாம், நீ ஏன் எனக்கு திரேட் ஆன் ஆஃபீஸ்ர்ஸ்னு மெசேஜ் அனுப்புன ? அங்க என்ன நடந்துச்சு ?".

"நான் பழி ஏத்துக்கிட்டு ஜெயிலுக்கு போன பிறகு அன்று இரவு என்னை பார்க்க ஒரு கைதி வந்தான். டேய், நீயும் நம்ம இனம்னு கேள்விப்பட்டேனு சொன்னான். எனக்கு முதல் அவன் என்ன சொல்ல வரான்னு புரியல. மெதுவா அவனை பேசவிட்டு கேட்டேன். இன்னைக்கு நைட் சம்பவ நாள்னு சொன்னான். ஒரு காக்கி சட்டை கழர போகுதுனு சொன்னான். அவன் முழுசா சொல்லி முடிக்கும் முன்னே அவனை ஒரு சக கைதி கூப்பிட்டான்னு கிளம்பிட்டான். அவன் காக்கி சட்டைனு சொன்னத வச்சிதான் ஆஃபீஸ்ர்னு கன்பாம் பண்ணேன். *As per plan*, நம்ம ஆப்ரேஷன்ல இருக்குற ஜெயிலர் ஓட ஹெல்ப் ஓட சூசைட் டிராமா *Create* செய்து வெளிய வந்துட்டேன்".

ரகு சொன்னதை கேட்ட பிறகு வாசு,

"அய்யோ, இது ஒரு பெரிய தலைவலியாக இருக்கும் போலையே" என்றான்.

பேசிக்கொண்டே இருவரும் பாரென்சிக் ஆபீஸ்க்கு சென்றனர். சரவணனின் கொலை கேஸை ஆய்வு செய்யும் கோபாலிடம் சென்றான் வாசு. "*Hi* கோபால். ஏதாவது குளூஸ் கிடைச்சுதா, யார் பண்ண மாதிரி தெரியுது? " என்று கேட்டான். அவர் உடம்புல இருக்குற புல்லெட்ட வச்சு பார்க்கும் போது, அது ஒரு *Sniper* புல்லெட் சார். *Barrett M82* ஓட புல்லெட், சுமார் *1500m* தூரத்தில இருந்து சுட்டு இருக்கிறதற்கான வாய்ப்புகள் இருக்கு சார்".

"Barrett M82-அ, அவ்வளவு பவர்புல் Sniper யூஸ் பண்ணுற அளவு எதிரிகள் சரவணனுக்கு இருக்க ?" என்று வாசு கேட்டான்.

"ஒரு வேலை டரரிஸ்ட் ஆக்டிவிட்டியா கூட இருக்கலாம் வாசு" என்றான் ரகு.

"தீவிரவாதிக்கும் சாதாரண இன்ஸ்பெக்டர்கும் என்ன பகை வரபோது ரகு, Thank you கோபால் " என்று சொல்லிவிட்டு இருவரும் வெளி வந்தனர்.

"ரகு நீ மறுபடியும் உள்ள போறதுதான் சரி, உனக்கு துப்பு குடுத்தவனிடம் இருந்து ஆரம்பி ஜெயில் கைதிகளுக்கு இந்த மாதிரி ஆயுதங்கள் என்ன சம்பந்தம் யார் பண்ணதுன்னு கண்டுபிடி. நம்ம இனமானு கேட்டான்ல,அவங்க இனமாகவே மாறிப்போ ஏதாவது குளூஸ் கிடைச்ச இன்பார்ம் பண்ணு நான் இங்க அந்த சிசிடிவி பொறுக்கிகளை பார்த்துக்குறேன் " என்றான் வாசு ரகுவும், "சரி நான் பார்த்துக்குறேன்" என்றான்.

மறுநாள் காலையில் சென்னை போலீஸ் கண்ட்ரோல் ரூம்மிற்கு சென்றான் வாசு. அங்கே இருக்கும் சிசிடிவி கேமரா பதிவுகளை பார்த்துக்கொண்டு இருந்தான். அங்கே பணிபுரியும் காவலர்களின் நடவடிக்கைகளையும் கவனமாக பார்த்துக்கொண்டு இருந்தான். அங்கு இருந்த ஒரு காவலர் ஒருவர் வந்து, "என்ன சார், ஏதாவது விவரம் வேண்டுமா, ஏன் யாரையாவது ஹேக் பண்ணனுமா ?" கேட்டான். அவனது நேம் பேட்ஜ்யை பார்த்துவிட்டு," வேண்டாம் ரஷித், சும்மா சிட்டியோட டிராபிக் எப்படி இருக்குனு பார்க்க தான் " என்றான் வாசு. அப்போது பேக் மாட்டிக்கொண்டு ஒரு இளைஞன் உள்ளே வந்தான்.

“சார், இங்க ஏதோ சிஸ்டம் பால்ட்னு சொன்னாங்க அதை மாத்த வந்திருக்க டெக்னிஷியன் சார்” என்றான்.

“அப்படி எதுவும் பால்ட் இல்லையே தம்பி எல்லாம் சிஸ்ட்டமும் நல்லா தான் வேலை செய்யுது” என்றார் ரஷித்.

அந்த ரூமில் இருக்கும் சிசிடிவி கேமராவை உற்று பார்த்தான் வாசு.

சரி சார். ஏதாவது பிரச்சனைன எனக்கு போன் பண்ணுங்க என்று சொல்லிவிட்டு.அவனின் போன் நம்பரை ரக்ஷித்திடம் கொடுத்துவிட்டு கிளம்பினான் அந்த இளைஞன்.

3 hours before, OTE BUILDING
(Operation Third Eye - OTE)

ரஷித் சென்னை சவுத் கண்ட்ரோல் ரூம், உங்க இன்ச்சார்ஜ் தான், இனி அங்க இருந்து எனக்கு தேவையான விஷயங்களை நீங்கதான் எடுத்து தர போறீங்க, ஆனா ரஷித், உங்க கண்ட்ரோல் ரூமில் ஒரு பக் இருக்கு அதை நம்ம கண்டிப்பாக கண்டுபிடிக்கனும்“, என்றான் வாசு.

“பக் டிடெக்டர் வச்சி டிடெக்ட் பண்ணலாமே சார்”

“பண்ணலாம் ரஷித்,ஆனால் இது ஹியூமன் பக், ஒரு பக்-அ இனொரு பக்கால தான் கண்டுபிடிக்க முடியும் பக் வைக்க நான் ஆள் அனுப்புறேன் நீங்க குவாப்பரேட் மட்டும் பண்ணுங்க” என்றான் வாசுதேவன்.

பிறகு கண்ட்ரோல் ரூமில் நடக்கும் விஷயங்களை அறிவதற்கு பக் வைக்க தான் ஒரு இளைஞனை அங்கே வரவைத்தான் சர்வீஸ் பாயாக.

NOW,

அந்த இளைஞன் வெளியே சென்ற சில நொடிகளுக்கு பிறகு வாசுவும் அங்கு இருந்து கிளம்பினான். காரில் செல்லும் வழியில் பாக்கேட்டில் இருந்து மற்றொரு போனை எடுத்தான். எடுத்து, “டீம் அசெம்பல் *3PM* “ என்ற மெசேஜை தன் ஆப்ரேஷன் தார்ட் ஐ டீமிற்கு அனுப்பினான்.

3 P.M. OTE BUILDING

“ரஷித் நம்ம ஒரு முக்கியமான விஷயத்தை கவனிக்க மறந்திட்டோம்” என்றான் வாசு.

“என்னது சார்? “

“கண்ட்ரோல் ரூம் சிசிடிவி, நம்ம பக் வைக்க வந்தவனையும் அவன் சிஸ்டேமை சரிபண்ணுவது போல பக் வைப்பதையும் கண்டிப்பாக ரெகார்ட் செய்துவிடும். நாமளே அவுங்களுக்கு ஒரு குளு கொடுத்துவிட கூடாது, அதற்காக தான் வேகமாக அபார்ட் என்று மெசேஜ் அனுப்பினேன் “ என்றான்.

“*Folks,* நம்ம மொத்தம் *10* பேர் இந்த ஆப்ரேஷன் நடக்குறது வெளிய தெரியாமல் பண்ணிட்டு இருக்கோம். நம்மலோடு இன்று பதினோராவது ஆளாக ஒருவர் இணைய போகிறார் ” என்றான் வாசு.

யாராக இருக்கும் என்று அனைவரும் யோசித்து கொண்டு இருக்கும் போது சுவாதி உள்ளே நுழைந்தாள்.

"Welcome Back Swathi ", Hi Folks இவுங்க தான் சுவாதி, டெக்க்கி. இதுவரைக்கும் நம்ம ஒருத்தர் ஒருத்தர் டீம்லே மத்தவங்களுக்கு தெரியாமல் இருந்தது. இப்போ *lets introduce among ourselves.*

Vasudevan - Chief Operation Head
Swathi - Chief Techie
Raman - Technology Analyst
Rashid - Senior Officer, Chennai South Control Room
Senthil Kumar - Inspector, J8 Police Station
Gurumoorthi - Inspector, J6 Police Station
Renukadevi - Psychologist
Kamal - Chief Forensic Officer
Ragunath - Vigilance Officer in Jail and
Our beloved commissioner - Ragupathy

நம்மால உண்மைனு உணர ஒரு விஷயத்தை ஆதாரத்தோடு புரூவ் பண்ணிட்டா நம்ம வெற்றி அடையறதுக்கு அர்த்தம். இங்க நமக்கு எந்த வித விடையும் கிடைக்கவில்லை. குற்றங்கள் தெரியுது ஆனால் இதுதான் எக்சாக்ட்டா நடந்திருக்குனு சொல்ல எந்த ஆதாரமும் இல்லை யூகத்தின் அடிப்படையில் தான் செயல்படுகிறோம். சரியான கேள்விகள் நம்மிடம் இருந்தால். அதற்கான பதில் கிடைக்கும்போது ஆதாரமும் கிடைக்கும் என்று நம்புகிறேன்" என்று சொல்லிட்டு அங்கு இருந்த போடிற்கு முன் சென்றான்.

கேள்வி:1

"சிசிடிவி ரெக்கோர்டிங்ஸ் எப்படி காரப்ட் ஆகுது ?"

கேள்வி:2

"முகத்தை எப்படி மாற்றுகிறார்கள், மார்பிங் என்றால் அதற்கான ஆதாரம் என்ன ?"

கேள்வி:3

"முகங்களையும் மனிதர்களையும் இந்த அடிப்படையும் இந்த கியாங், செலக்ட் பண்ணுறாங்க ?"

கேள்வி :4

"முதல் முதலில் இதுபோன்ற சம்பவம் நடந்தது எது? "

கேள்வி:5

"இதற்கு பின்னல் இருக்கும் பெரிய மனிதர்கள் யார்? "

கேள்வி:6

"உண்மையான குற்றவாளிகள் யார்? "

இது தான் நமக்கு இருக்கும் கேள்விகள் இதை நான் உங்களுக்கு பிரித்து தர போகிறேன். இதுதான் அனேகமா நாம் ஒன்றாக இணைந்து இருக்கும் மீடிங் இனி நாம் பிரிந்து வேலை செய்யனும்.

கேள்வி-*1:* ராமன்,இதற்கான விடை நீங்க தான் கண்டுபிடிக்கனும்.

கேள்வி-*2:* சுவாதி, இது உங்களோட கேள்வி.

கேள்வி-*3:* ரேணு, இது உங்களோட கேள்வி.

கேள்வி-*4,5,6:* நான் குருமூர்த்தி மற்றும் செந்தில் இந்த கேள்விக்கான விடையை தேடுகிறோம்.

"Any Doubts or questions team?" என்று கேட்டான். வாசு, யாரும் எந்த கேள்வியும் கேட்கவில்லை, பிறகு கலைந்து சென்றனர்.

கமிஷ்னருக்கு தன் ரகசிய போனின் மூலம் ஒரு மெசேஜை அனுப்பினான்.

" Operation Third Eye is ON"

●

3. சிறை பறவைகள்

சென்னை புழல் சிறை,

வாசுவின் திட்டத்தின்படி ரகு சிறைக்கு கைதியாக சென்றான்,

இரண்டு நாட்களாக சிறையில் இருக்கும் கைதிகளின் நடவடிக்கைகளை கவனிக்க தொடங்கினான்,அவனிடம் அன்று பேசிய கைதி எங்கே என்று தேட ஆரம்பித்தான், ஆனால் அவன் கண்ணில் படவில்லை, சாப்பாடு வாங்க வரிசையில் நின்று கொண்டு இருந்தபோது யாரோ அவனின் முதுகில் கை வைத்தார்கள், திரும்பி பார்த்தான்.

"பாஸ், எப்போ வந்திங்க, இந்த தடவ என்ன கிரைம்" என்று கேட்டான், ரகு தேடிக்கொண்டு இருந்த கைதி

"நேற்று தான் ஜி, வந்தேன், கிரைம்லாம் இல்லை. குடும்பத்துல ஒரு விசேஷம் பரோல்ல தான் போனேன்", "ஆமாம் உங்க பெயர் என்ன

"ரஞ்சித் பாஸ், நீங்க வாங்க போங்கலாம் வேண்டாம், நமக்குள்ள "சரி பாஸ், நீங்க என்ன கேஸ், ஏன் உள்ள வந்தீங்க?" என்று வாசு ரஞ்சித்திடம் கேட்டான்

"கொலை கேஸ் பாஸ், ஆனால் நான் பண்ணவே இல்லை, அதை சொன்னா நம்ப மாட்றாங்க, அதை நிரூபிக்க ஆதாரம் இல்லைனு உள்ள போட்டுட்டாங்க."

"அவுங்ககிட்ட நீங்கதான் பண்ணதுனு ஆதாரம் இருக்க?"

"இருக்கு பாஸ், சிசிடிவி ஆதாரங்கள் காட்டுறாங்க, அது நான் இல்லை அதை சொன்னா கோர்ட் ஒத்துக்கல, நான் அன்னைக்கு நாம்ப பசங்க சொல்லிதான் கேள்விப்பட்டேன் நீங்களும் எங்கள மாதிரி பண்ணாத தப்புக்குதான் உள்ள வந்திருக்கீங்கனு"

"ஆமாம் பாஸ், எப்படி இங்க இருந்து தப்பிச்சு போறதுனு தெரியல பாஸ், போனாலும் இனி நிம்மதியா வாழ முடியாதுல" என்று சோகமான முக பாவனையுடன் பேசினான்.

"தப்பிச்சுலாம் போக கூடாது பாஸ், இனி திருப்பிதான் அடிக்கணும்".

"எப்படி பாஸ்?" என்று ரகு கேட்டான்.

வார்டனின் பிகில் சத்தம் காதுகளை துளைத்தது, உட்காந்திருந்த ரஞ்சித் எழுந்தான், "பாஸ் நாளைக்கு

பாக்கலாம்," வார்டன் வந்துவிட்டான் " என்று சொல்லிவிட்டு கிளம்பினான்.

"ச்ச, இன்னும் ஒரு 10 நிமிடத்திற்கு பிறகு பிகில் அடித்திருக்கலாமே" என்று நினைத்துவிட்டு அங்கிருந்து தன் சிறைக்கு திரும்பினான்.

இரவு உணவு இடைவேளையில் அவன் வருவான் என்று காத்திருந்தான் ஆனால் அவன் வரவில்லை. சாப்பிட்டு முடித்தபிறகு, எல்லா கைதியும் உறங்க சென்றனர். அந்த நேரத்தில் ஜெய்லர் செல்வத்தை பார்க்க சென்றான், "சார், எனக்கு ரஞ்சித்தோட கேஸ் டிடைல்ஸ் வேணும்" என்று கேட்டான், அப்புறம் அவனை பற்றி எல்லா தகவல்களும் வாசுவிற்கு போகணும்" என்றான்.

செல்வம், "சரி தம்பி நான் அனுப்புறேன்," என்றார். பிறகு மீண்டும் தன் சிறை அறையில் சென்று தூங்கினான், காலையில் கண் விழிக்கும் போது அவன் அருகில் ரஞ்சித் அமர்ந்திருந்தான்.

"என்ன பாஸ், நேற்று ஜெயிலர்ருடன், உங்களை பார்த்தேன். எதுவும் பிரட்சனையா?"

என்று கேட்டான்.

"பிரட்சனைலாம், ஒன்னும் இல்லை பாஸ், இந்த ஜெயிலில் ரொம்ப கொசு தொல்லை அதிகமாக இருக்கு வேற செல் மாற்றி தரமுடியுமானு கேட்கத்தான் போனேன்" என்றான்.

"அவன் என்ன பாஸ் சொன்னான், இங்க என்ன டூர்ருக்கா வந்துருக்க பேசாம போய் படு, இதுதானே சொன்னான்" என்று கேட்டான்.

"ஆமாம் பாஸ், கரைக்டா சொன்னீங்க".

"செல்தான பாஸ் மாத்திடலாம் விடுங்க," நான் போயிட்டு, என் மச்சான் முத்துசாமிய பாத்துட்டு வரேன்." என்று சொல்லிவிட்டு கிளம்பி சென்றான்.

மதிய நேரம், ரகு படுத்துக்கொண்டு எதோ சிந்தனையில் இருந்தான் அப்போது ஜெயில் வார்டன் ஒருவர் வந்து சிறையின் கம்பிகளை தட்டினார்,"

அவனும் எழுந்து சென்றான், "இனி உனக்கு செல் மாத்தியாச்சு. வா என் பின்னாடி" என்றார், ரகுவும் எழுந்து அவரை பின் தொடர்ந்தான். அவனுக்கு மாற்றப்பட்ட செல்லுக்கு அருகே செல்லும் போது ரஞ்சித்தின் குரல் கேட்டது.

"பாஸ், நான் தான் நம்ம பக்கத்து செல்லுக்கே உங்கள மாற்ற சொன்னேன்," எல்லாம் ஓகே உங்களுக்கு" என்று கேட்டான்.

ரகுவும் தலையை ஆட்டினான், ரகுவிற்கு ஒரு ஆச்சிரியம் இவனுக்கு எப்படி இங்கே இந்த மரியாதை எல்லாம் கிடைக்கிறது என்று. அன்று இரவு ரகுவும் ரஞ்சித்தும் நிறைய விஷயங்களை பகிர்ந்து கொண்டனர், ரஞ்சித் தன் பாசமான குடும்பத்தை பற்றியும், அதை இழந்த வலியை பற்றியும், அதற்கு தான் தான் காரணம் என்ற குற்ற பழியை சுமந்து தண்டனை அனுபவிக்கும் வேதனையையும் பகிர்ந்து கொண்டான்.

அவன் கதையை கேட்கும்போது ரகுவிற்கு கண்கள் கலங்கியது.ரஞ்சித்திற்கு ஆதரவு கொடுத்தான், ஆனால் தான் ஒரு போலீஸ்காரன் என்று எந்த நிலையிலும் அவன் வெளிக்காட்டிக்கொள்ளவில்லை.

“இந்த மாதிரி இருக்குற *system*-ல நம்மள மாதிரி அப்பாவிகள் மாட்டிக்கொண்டு தவிக்கும் வலி அந்த போலீஸ்க்கு காட்டணும் பாஸ்” என்றான் ரஞ்சித்

“நம்ம என்ன பாஸ் பண்ண முடியும் அவுங்க கையில தான் சட்டம் இருக்கே?” என்று ரகு கேட்டான்.

“முடியும் பாஸ், திருப்பி கொடுக்க முடியும், விடியல் வரட்டும், சில பேரை நீங்க சந்திக்கணும்” என்றான் ரஞ்சித்.

ரகு, விடியலுக்காக காத்துக்கொண்டு இருந்தான் மறுநாள் காலையில் குளித்துவிட்டு, ரஞ்சித்தின் வருகைகாக தன் அறையில் காத்துக்கொண்டு இருந்தான், “பாஸ் போலாமா?” என்று ரஞ்சித் கேட்டான் அவனின் அறையில் முன் நின்று, ரகு எழுந்து அவனுடன் சென்றான் நடந்து செல்லும் வழியில் பேசிக்கொண்டே நடந்தனர்.

“பாஸ், நம்ம இப்போ பாக்க போறது ஒரு ஆயுள் தண்டனை கைதி, ஆனால், அவர் தான் எங்க எல்லாருக்குமே பாஸ், எங்களோட கூட்டத்தின் தலைவன்னு சொல்லலாம்.”

“கூட்டமா, என்ன கூட்டம்?” என்று ரகு கேட்டான்

“அவரை சந்திச்சா தெரியும், நான் இதுவரைக்கும் யாரையும் எங்க கூட்டத்தில் சேர்க்கவில்லை, உங்களை பார்த்த நம்பிக்கையாக தெரிகிறது, அதனால் தான் உங்களை அவரை மீட் பண்ண கூப்பிட்டு போறேன்” என்றான் ரஞ்சித்

நாம் சரியான பாதையில் தான் செல்கிறோம் விரைவில் சரவணனை கொலை செய்த குற்றவாளியை கண்டுபிடித்து விடுவோம் என்ற எண்ணம் ரகுவின் மனதில் தோன்றியது, அவனை பின் தொடர்ந்தே நடந்தான்.

அவன் ஒரு ஆலமரத்தை கைகாட்டினான். அதன் திண்டின் மீது, கட்டுமஸ்தான உடலுடன் ஒருவன் அமர்ந்து இருந்தான்.

“அவர்தான் எங்க பாஸ் அசோக்”, என்றான் ரஞ்சித், இருவரும் நடந்து அசோக்கின் முன் நின்றனர்.

“அண்ணே, இவர்தான் ரகு, நான் முன்னாடியே சொல்லியிருந்தேனே”

“ஹ்ம், முத்துசாமியும் சொன்னான்,இவனும் நம்மள மாதிரி பாதிக்கப்பட்டவன்தான் என்று”

“ஆமாம் அண்ணே “என்றான் ரஞ்சித்,

“தம்பி ,எங்க கூட்டத்தில் சேர உனக்கு விருப்பம் தானே?, ஏதாவது குறைகள் இருக்கா? என்று ரகுவை பார்த்து அசோக் கேட்டான்.

“சம்மதம் தான் பாஸ், ஆனால் உங்க கூட்டம் பற்றி தெரியாதே, என்ன பண்ணணும் எதுவும் தெரியாதே ?” என்று ரகு கேட்டான்.

“ஏன்டா, தம்பிக்கு அதுலாம் சொல்லமலா கூப்பிட்டு வந்த, அதுலாம் சொல்லி தம்பிக்கு ஓக்கேனா கூப்பிட்டு வா பேசலாம்” என்று சொல்லி ரஞ்சித்தையும், ரகுவையும் அனுப்பி வைத்தான்.

“பாஸ், இப்போ எனக்கு கொஞ்சம் வேலை இருக்கு நம்ம இன்று இரவு அதை பற்றி பேசுவோம்” என்று சொல்லிவிட்டு ரஞ்சித் கிளம்பினான்.

இரவு ரஞ்சித்தும் முத்துசாமியும் ரகுவின் அறைக்கு வந்தனர்,

“என்ன பாஸ் சாப்பிட்டாச்சா? என்று ராகுவை பார்த்து ரஞ்சித் கேட்டான், ராகுவும் ஆம் என்பது போல் தலையை ஆட்டினான்.

ரஞ்சித் பேச ஆரம்பித்தான்,

“சிறை பறவைகள்,இது தான் நம்மோட இயக்கத்தின் பெயர்,

தப்பே செய்யாமால் தண்டனை அனுபவிப்பது எவ்வளவு கொடுமை தெரியுமா, அதை விட கொடுமை, நம்மளின் குடும்பங்களும் அதில் இருக்கும் நம் குழந்தைகளும் அனுபவிக்கும் கொடுமைகள்,

கொலைகாரனின் மகன்/ மகள், கொலைகாரனின் மனைவி இப்படி காலம் முழுவதும் அந்த பலியை அவர்கள் சுமக்கிறார்கள்,

உண்மையாக கொலை செய்தவன் நிம்மதியாக தான் இருக்கிறான், அவன் குடும்பங்களும் நிம்மதியாக தான் இருக்கிறது, ஆனால் நமக்கு செய்யாத தவறுக்கு தண்டனை அனுபவிக்கும் வேதனை, வெளியே நம் குடுபத்திற்கும் வேதனை.

நான் ஜெயிலுக்கு வந்துவிட்டேன், எனக்கு ஆறு வயதில் ஒரு பெண் குழந்தையும் எட்டு வயதில் ஒரு பையனும் இருக்கின்றான், நாங்கள் வாழ்ந்த வாடகை வீட்டில் இருந்து என் குடும்பத்தை காலி செய்ய சொல்லிவிட்டார்கள், உறவினர்கள் வீட்டிலும் சேர்த்து கொள்ளவில்லை, இப்போ என் குடும்பம் ஏதோ ஒரு இடத்தில் என்னோட அடையாளங்களை மறைத்து வாழ்ந்து கொண்டு இருக்கின்றனர், என் பிள்ளைகள் படிக்கிறதா இல்லை வேலை செய்கிறதா? என்று கூட எனக்கு தெரியவில்லை , நான் இல்லாமல் அவள் என்ன வேலை செய்து பிள்ளைகளை வளர்கிறாள் என்று தெரியவில்லை,

போலீஸ் காட்டிய ஆதாரங்களை வைத்து நான் தான் கொலை செய்தது என்று என் மனைவியும் இந்த வெளி உலகமும் நம்புகிறது, என்னை பார்க்க அவள் ஒரு முறை கூட வரவில்லை, என் குழந்தைகளையும் பார்த்து ஒரு வருடம் ஆகிவிட்டது, இதே போல் பலர் தங்கள் தம் கனவுகளையும் குடும்பங்களையும் இழக்கின்றனர், அதிகார வர்க்கத்தின் சதி, பலபேரின் வாழ்க்கையை பறிக்கிறது, சட்டம் உண்மையை நிலைநாட்டும் எங்களை விடுவிக்கும் என்று நம்பி ஏமாந்து இருந்த நிலையில் தான், அசோக் அண்ணாவின் தொடர்பு இந்த

சிறையில் எனக்கு கிடைத்தது, அவரும் என்னை போல் செய்யாத கொலைக்காக தண்டனை அனுபவிப்பவர் தான் என்று தெரிய வந்தது, முதலில் இரண்டு பேராக தான் இயக்கத்தை தொடங்கினோம், திருப்பி கொடுக்க வேண்டும் என்பது தான் கொள்கை, போலீஸ்காரர்கள் முட்டாள்கள், சரியாக விசாரித்து குற்றவாளிகளை பிடிக்க முடியாமல் எங்களை போல் அப்பாவிகளை இந்த மாதிரி வலையில் விழ வைக்கிறார்கள்,

இல்லை குற்றவாளிகளை தப்பிக்க வைக்க அவர்கள் செய்யும் சூழ்ச்சியா? என்றும் தெரியவில்லை, போலீஸ் சரியாக விசாரணை செய்து இருந்தால் இந்நேரம் எங்களுக்கும் எங்கள் குடும்பத்திற்கும் இந்த நிலைமை வந்துருக்குமா? அதான் இனி நாங்களே எல்லாம் போலீஸ் அதிகாரிகளுக்கும் நாங்களே தண்டனை கொடுத்து விடலாம் என்று முடிவு செய்து விட்டோம், இரண்டு வருடங்களாக எங்களை போல் பாதிக்கப்பட்ட அனைவரையும் இயக்கத்தில் சேர்த்தோம், யாரால் பாதிக்க பட்டோமோ அந்தந்த கேஸை தவறாக விசாரணை செய்த அதிகாரிகளை கொள்வதற்கு முடிவு செய்து விட்டோம்"

தன் இயக்கத்தை பற்றி சொல்லி முடித்துவிட்டு ரகுவை பார்த்து கேட்டான்

"இப்போ சொல்லு உனக்கு எங்கள் இயக்கத்தில் சேருவதற்கு சம்மதமா?"

"ஹ்ம் சம்மதம் தான், ஆனால் உள்ளே இருந்தபடியே எப்படி அவர்களை கொலை செய்வது?" என்று ரகு கேட்டான்.

“அதெல்லாம் அசோக் அண்ணாவின் சாமர்த்தியம், உனக்கு சம்மதம் என்றால் நாளைக்கே அசோக் அண்ணாவை சந்திக்கலாம்” என்றான் ரஞ்சித்.

“நீங்க பண்ணுறது உண்மையிலே பெரிய விஷயம், கண்டிப்பாக என் சப்போர்ட் உங்களுக்கு இருக்கும் நானும் சிறை பறவைகளில் ஒருவனாக மாற ஆசை படுகிறேன்” என்றான் ரகு

“சரி, காலையில் பாப்போம் என்று சொல்லிவிட்டு ரஞ்சித்தும் முத்துசாமியும் கிளம்பினர்.

இருவரும் கிளம்பிய பிறகு ரகு சுற்றி முற்றி பார்த்துவிட்டு தன் பாக்கெட்டில் இருக்கும் வாய்ஸ் ரெக்கார்டரை கையில் எடுத்தான், அதில் ரஞ்சித் இவ்வளவு நேரம் தன் இயக்கத்தை பற்றி பேசியது எல்லாம் பதிவாகி இருந்தது, அனைவரும் தூங்கியவுடன் யாருக்கும் தெரியாமல் ஜெயிலர் செல்வதை பார்க்க அவரது அறைக்கு சென்றான், போன முறை அவன் செல்வதை பார்க்க செல்லும் போது ரஞ்சித் பார்த்து விட்டான் என்பதை மனதில் வைத்துக்கொண்டு முதலில் அவன் உறங்கிவிட்டானா? என்பதை பார்த்து விட்டு செல்வத்தின் அறைக்கு சென்றான், செல்வத்திற்கு நைட் டூட்டி என்பதால் அவர் தூங்காமல் இருப்பர் என்பது ரகுக்கு தெரியும்.

ரகு செல்வத்தின் அறைக்கு சென்று வாய்ஸ் ரெக்கார்டரை கொடுத்து,

“இதை, வாசுவிடம் சேர்த்து விடுங்கள், மிகவும் முக்கியமான விஷயம் உடனே அவரை பார்க்க சொல்லுங்கள்” என்று சொல்லிவிட்டு செல்வத்தின் அறையில் இருந்து வெளியே வந்தான், வந்தவுடன்

சுற்றி முற்றி பார்த்தான் யாரவது தம்மை பார்த்துவிட்டார்களா? என்று தெரிந்து கொள்ள,

பிறகு, மெதுவாக தன் அறைக்கு சென்றான்.

காலையில் வாய்ஸ் ரெக்கார்டர் வாசுவின் கைகளுக்கு சென்றது, அதனை தன் வீட்டில் வைத்து போட்டு கேட்டான், அதை கேட்டபிறகு இது என்ன புது தலைவலியாக இருக்கிறது என்று நினைத்தான்.

ஆப்ரேஷன் தேர்ட் ஐ , கேள்விகளுக்கு பதில் கண்டுபிடிக்க வாசு கொடுத்த கால அவகாசம் முடிந்து விட்டது, இன்று ஒன்றிணைவோம் என்று தன் ரகசிய போனில் இருந்து மெசேஜ் அனுப்பினான், எல்லோரும் சொன்ன நேரத்தில் *OTE* பில்டிங்கில் ஒன்றிணைந்தனர்,

"*Hii Folks, any leads,* ஏதாவது கண்டுபிடிக்க முடிந்ததா? " என்று கேட்டான்.

ஸ்வாதி ஒரு ஃபைலுடன் முன்னே வந்தாள்,

"சார், ரகு தங்கச்சி கேஸில் இருந்த சிசிடிவி பதிவுகளை எடுத்து ஆய்வு செய்தேன்,இது கண்டிப்பாக மார்ப் செய்யபட்ட வீடியோ தான்,முகத்தின் *360* டிகிரி அசைவுகளை *capture* செய்து, அதை இந்த வீடியோவில் மார்ப் பண்ணிருக்காங்க, அதனால் தான் ரொம்ப தத்ரூபமாக இருக்கிறது, அதே மாதிரி மார்ப் பண்ணதை கண்டுபிடிக்க முடியாத மாதிரி *programs,* டேட்டாபேஸில் *feed* பண்ணிருக்காங்க *"Really Smart Work",* என்று சொல்லி முடித்தவுடன், அந்த அறையில் இருந்த *projector*-யின் வழியே விடியோவை போட்டு காட்டினாள்,

"இது மார்ப் செய்யப்பட்டது இது மார்ப் செய்யப்படாதது என்று,

வாசு மார்ப் செய்யப்படாத வீடியோவில் இருக்கும் கொலைகாரனை கண்டுபிடிக்க உத்தரவு போட்டான்,

"அடுத்த இரண்டு நாட்களுக்குள் இவனை கண்டுபிடிக்க வேண்டும்" என்று கட்டளையிட்டான்.

"*Good job Swathi,* வேறு யாரவது ஏதாவது கண்டுபிடிக்க முடிந்ததா?" என்று கேட்டான்,

வேறு யாரிடமும் பதில் இல்லை, "சரி ஓக்கே, இது ஒரு *solid* ஆனா எவிடென்ஸ், பத்திரமாக வைத்து கொள்ளுங்கள் ஸ்வாதி, இந்த வீடியோ பல பேரின் வாழ்க்கையை மீட்க போகிறது" என்றான்.

பிறகு ரகு அனுப்பிய ஆடியோவை எல்லோரின் முன்னனிலையிலும் போட்டு காட்டினான்.

கேட்டு முடித்தவுடன் பேச தொடங்கினான்,

"இவன் தான் அசோக், சிறையில் இருக்கான், நமக்கு கூடுதல் வேலை கொடுத்திருக்கும் முதலாளி, இவனை மாதிரி மற்றும் இவன் இயக்கத்தில் இருக்கும் கைதிகளுக்காக தான் நம்ம வேலை செய்யுறோம்னு தெரியாமல் சட்டத்தை கையில் எடுத்து கொண்டு நம்மை தண்டிப்பதாக நினைத்து குற்றங்கள் செய்து அவர்களுடைய வாழ்க்கையை அவர்களே இன்னும் கஷ்டம் ஆக்கி கொள்கிறார்கள், இவர்கள் சிறையில் இருந்தாலும் நமக்கு ஆபத்து, வெளியே வந்தாலும் நமக்கு ஆபத்து தான்" என்றான், அவன் சொல்லி முடித்த பிறகு குருமூர்த்தி எழுந்து,"அப்போ நம்ம ஆப்ரேஷன் பத்தி அவனிடமும், அந்த கூட்டமிடமும் சொல்லிவிட்டால் , இது போன்ற இயக்கங்கள்

இயங்காது, அசோக் போன்ற ஒருவனும் உருவெடுக்க மாட்டான் சார், எப்படி என் யோசனை" என்றான்.

"அவர்களுக்கு போலீஸ் மீதான நம்பிக்கை போய்விட்டது, நாம் சொன்னாலும் அதை நம்பும் நிலையில் அவர்கள் இல்லை, அவர்களை திசை திருப்ப போலீஸ் செய்யும் யுக்தி என்று தான் நினைப்பார்கள் ," என்றான் வாசு.

"அப்போ என்ன தான் சார் வழி," என்று குருமூர்த்தி கேட்டான்.

"அசோக்கின் இயக்கம் தான் செய்திருக்கிறது என்பதற்கான சாட்சிகள் சட்டத்திற்கு முக்கியம், இந்த ஆடியோ மட்டும் போதுமானது இல்லை, அவர்கள் அடுத்த குறி யார் மீது வைத்திருக்கர்கள் என்பதை கண்டுபிடிக்க நம்ம டீமில் இருந்து ரகு சிறையில் இருக்கிறான், அவனிடம் இருந்து தகவல் வந்தவுடன், அந்த குறி வைத்த ஆபிசரிக்கு முழு பாதுகாப்பு கொடுங்கள், அவனுக்கு தெரியாதவாறு பிறகு கொலை செய்ய வருபவனை பிடிப்போம் அவன் வழியே விசாரணை தொடர்ந்தால், அசோக்கை ஆதாரத்தின் பிடிக்கலாம், அதன் பிறகு இதுபோன்ற இயக்கங்களின் ஹீரோக்களை சுட்டு கொள்ளலாம்" என்றான் வாசு, பிறகு, "அசோக் ஏன் ஜெயிலுக்கு போனான் என்ற கேஸின் ஃபைல் எனக்கு உடனே வேணும்" என்றான்.

அதே நேரம் சிறைச்சாலையில்...

ரகுவும் ரஞ்சித்தும், அசோக்கை பார்க்க கிளம்பினர்.

ரஞ்சித் ரகுவிடம் கேட்டான்,

”என்ன பாஸ், உங்களுக்கு ஓக்கேவா நம்ம இயக்கத்தில் சேறுவதற்கு நன்றாக யோசித்து எடுத்த முடிவு தானே” என்று கேட்டான்.

“ஆமாம் பாஸ், நன்றாக யோசிச்சாச்சு, நானும் இந்த இயக்கத்துல, சேறுறதுதான் கரெக்ட் சட்டத்தை நம்பினால் ஏமாற்றம் தான் மிச்சம் என்று தெரிந்து கொண்டேன்” என்றான் ரகு.

இருவரும் பேசிக்கொண்டே அசோக்கின் அறைக்கு சென்றனர்.

ரகுவை பார்த்தவுடன் அசோக், “வாப்பா, தம்பி என்ன இந்த பக்கம்” என்று கேட்டான்.

“நேற்று பேசிய விஷயம் தான் அண்ணா, ரகுவும் நம்ம இயக்கத்தில் சேரனும்னு ஆசை படுகிறான்” என்று ரஞ்சித் சொன்னான்.

“சரிடா, தம்பி உன்னை சேர்த்து கொள்கிறேன். அடுத்த சம்பவ நாள் அன்று உனக்கான வேலையை சொல்கிறேன்” என்றான் அசோக்.

“சரி அண்ணா, அடுத்த சம்பவ நாள் என்று வரும்? “என்று ரகு அசோக்கிடம் கேட்டான்.

“கூடிய விரைவில் டா தம்பி” என்று சிரித்துக் கொண்டே சொன்னான்.

“டேய் ரஞ்சித், நீ இரு உன்கிட்ட முக்கியமான விஷயம் பேசனும், ரகு நீ கிளம்பலாம் டா” என்றான் அசோக்.

ரகு அந்த இடத்தில் இருந்து நகர்ந்து சென்றான். முன்னே நடந்தாலும் பின்னே காதுகளை வைத்து அவன் எதிர்பார்த்து போல எந்த வார்த்தைகளும் அவன் காதுகளில் விழவில்லை. ரகு சென்றதும் அசோக் பேச ஆரம்பித்தான்,

"ரஞ்சித், ரகுவிற்கு என்ன பிரட்சனை, ஏன் உள்ள வந்தான்னு செக் பண்ணியா?" என்று கேட்டான்.

"செக் பண்ணேன், அண்ணா யாரோ வாசுதேவன்னு ஒரு A.C.P -ஓட காதலியை கொலை செய்துவிட்டான்னு சித்தரிக்கப்பட்டு உள்ளே வந்திருக்கான், ஆயுள் தண்டனை கிடைச்சுருக்கு" என்றான் ரஞ்சித்.

"இல்லைடா நடுவுல அவன் செத்து போய்ட்டான்னு ஒரு நியூஸ் வந்துச்சு, அப்புறம் திரும்ப எப்படி உள்ள வந்தான் நல்லா விசாரிச்சியா ?" என்று அசோக் கேட்டான்.

"ஹான், விசாரிச்சேன் அண்ணா, அந்த ஜெயிலர் செல்வம், இவனுடைய ஊர்காரராம். அவர் தான் இவனை வெளிய போக அப்படி ஒரு டிராமா ரெடி பண்ணிருக்காரு, ஆனால் ஏன் வெளிய போனான், ஏன் உள்ள வந்தான்னு தெரியல" என்றான்.

"அதை நான் விசாரிச்சு பார்த்தேன், அவனுடைய அம்மா தவறி விட்டார்கள், அதற்கு பரோல் கிடைக்கவில்லையாம். அதற்காக தற்கொலை செய்தது மாதிரி நடித்து, அங்கே ஜெயிலரின் உதவியால், மருத்துவமனைக்கு செல்வது போல் தன் அம்மாவை பார்க்க சென்று இருக்கிறான். இந்த ஜெயிலரும் அவன் மருத்துவமனையில் தான் இருந்தான் என்பது போல

ரெகார்ட்ஸ் ரெடி பண்ணி சப்மிட் பண்ணிருக்கார் ” என்று அசோக் சொன்னான்.

“ஆமாம், இதுலாம் உங்களுக்கு எப்படி தெரியும் யார் சொன்னது?” என்று கேட்டான் ரஞ்சித்.

“நேற்று நைட் தூக்கம் வரவில்லை,
செல்லுக்குள்ளே நடந்து கொண்டு இருந்தேன் அப்போது யாரோ செல்வம் அறையில் இருந்து வெளியே வருவதை கண்டேன், கிட்டத்தில் வர வர தான் தெரிந்தது அது ரகு என்று,

பிறகு அவனை அழைத்தேன், நீ எங்கடா இந்த நேரத்தில் அங்கே இருந்து வர? “ என்று கேட்டேன்.

யாரிடமும் சொல்லாதீங்க அண்ணா, என்னுடைய பொண்டாட்டி பிள்ளைங்க கிட்ட போனில் பேசிவிட்டு வருகிறேன், செல்வம் என்னுடைய அண்ணன் மாதிரி ஒரே ஊர்காரரர், என் செல்லுக்கு மட்டும் என்னிடம் கள்ள சாவி இருக்கு அது வைத்து வாரத்திற்கு ஒரு முறை இரவு.

செல்வம் அண்ணா, ரூமில் இருந்து 10 நிமிடம் போன் பேசுவேன்,பிறகு யாருக்கும் தெரியாமல், உள்ளே வந்து பூட்டிக் கொள்வேன் என்றான். அதை வைத்து நீ தப்பித்தே போய் விடலாமே என்று கேட்டதற்கு, அப்படி செய்தால் அது நான் செல்வம் அண்ணாக்கு செய்த துரோகம் என்றான்.

சிசிடிவி கேமராக்கள் கூட எனக்காக ரிஸ்க் எடுத்து மொத்த ஜெயிலிலும் அரை மணி நேரம் ஆப் செய்து வைப்பார். இவருக்கு துரோகம் செய்ய மனமில்லை

என்றான்'' இவ்வாறு ரகு சொன்னதை ரஞ்சித்திடம் அசோக் சொன்னான்.

பிறகு,''இருந்தாலும் இவன் மீது ஒரு கண் வைத்துக்கொள் உண்மையிலே இவன், வாரம் ஒருமுறை பொண்டாட்டி கிட்டதான் பேசுறானானு எப்படியாவது செக் பண்ணு?'' என்றான்.

"சரி அண்ணா நான் பாத்துக்குறேன்'' என்றான் ரஞ்சித். பிறகு இருவரும் கலைந்து சென்றனர்.

மறுநாள் காலையில் அசோக்கை பற்றிய விவரங்கள் நிறைந்த ஃபையில் வாசுவிற்கு கிடைத்தது. திருவான்மியூர் ஸ்டேஷனில் இருந்து தேடி குருமூர்த்தி எடுத்து வந்தான். அதனை படிக்க தொடங்கினான்.

"அசோக், ***BLACKLISTED ARMY MAJOR***, சர்வீசில் இருக்கும் போது கோபத்தை கட்டுப்படுத்த தவறி உரிய விசாரணைகள் செய்யாமல் குற்றவாளிகளை சுட்டுக்கொன்றுள்ளான். கோபத்தை கட்டுப்படுத்த முடியாமல் சில நேரங்களில் உடன் பணிபுரியும் ஆஃபீஸ்ர்களையே தாக்கிய கேஸ்களும் உள்ளது. *2020* ஆம் ஆண்டு *BLACKLIST* செய்யப்பட்டு அவனது ஆர்மி வேலை பறிக்கப்பட்டது. அதன் பிறகு சொந்த ஊரான தஞ்சாவூர் மாவட்டத்திற்கு திருப்பியுள்ளான். அதே வருடத்தில் சென்னைக்கு வேலை கிடைத்து வந்துள்ளான் இங்கு அவன் செய்த கொலை சிசிடிவியில் பதிவாகி தற்போது சிறையில் தண்டனை அனுபவித்து கொண்டு இருக்கிறான்''.

இவ்வாறு அந்த ஃபையில் அசோக்கை பற்றின தகவல் கிடைத்து இதனை படித்து முடித்தவுடன் குருமூர்த்தியை அழைத்தான்.

"இவனுடன் பணிபுரிந்த அனைத்து ஆர்மி ஆபீஸர்களையும் விசாரிக்க வேண்டும், அவர்களின் உதவியுடன் தான் அசோக் சிறையில் இருந்த படியே கொலைகள் செய்ய திட்டம் போடுகிறான் என்றான்.

"ஓக்கே சார், நான் அந்த டீடெயில்சை கண்டுபுடிக்கிறேன்" என்றான் குருமூர்த்தி.

ரஞ்சித், முத்துசாமி மற்றும் ரகு மூவரையும் சந்திக்க இரவு நேரத்தில் வருமாறு அசோக் கூப்பிட்டான். மூவரும் அசோக்கின் செல்லுக்கு சென்றனர், அவர்களை பார்த்தவுடன் அசோக் பேசத்தொடங்கினான்,

"வாங்கடா வாங்க, உங்களுக்காக தான் காத்துட்டு இருந்தேன்" என்றான்.

"ஏன்னா, என்ன விஷயம் " என்று ரஞ்சித் கேட்டான்.

"சம்பவ நாள் குறிச்சுடலாம்னு தோணுச்சுடா அதான்" என்றான்.
"சம்பவ நாளா, யாருக்கு அண்ணா?" என்று முத்துசாமி கேட்டான்.

"A.C.P வாசுக்குடா, நேற்று தான் தம்பி உன் பேரு என்ன"

"ரகு"

"ஹான், ரகு அவனோட கதையை கேட்டேன். அதான் அந்த போலீஸ் காரனுக்கு சம்பவ நாள் குறிச்சுடலாம்னு கூப்பிட்டேன்" என்றான்.

"சூப்பர்னா, பண்ணிடலாம் " என்றான் ரஞ்சித்.

"புறா வரச் சொல்லவா அண்ணா" என்று முத்துசாமி கேட்டான்.

"புறாவா அப்படினா என்ன?" என்று ரகு கேட்டான்.

"போகப்போக தெரிஞ்சுப்படா தம்பி " என்று ரகுவின் தோளை தட்டினான் அசோக்.

"அண்ணே 18 செப்டம்பர் சரியா இருக்கும் அண்ணே" என்றான் ரஞ்சித்.

"செப்டம்பர் 18-ஆ அதுக்கு இன்னும் ஒரு மாசம் இருக்கேடா தம்பி" என்றான் அசோக்.

"ஆமாம் அண்ணா, புறா வரனும் இன்ஃபர்மேஷன் சொல்லனும் அதை அவன் கன்வே பண்ணனும். வேட்டைக்காரன் இருக்கானானு பார்க்கனும் இதுக்கு டைம் வேணுமே அண்ணா", என்றான் ரஞ்சித் .

"புறலாம் இல்லை ரஞ்சித், நானே போறேன் இன்னும் இரண்டே நாளில் சம்பவம் அது அப்புறம் உள்ள வந்துருவேன்" என்றான் அசோக்

"ஏன்னா நீயே போறேன்னு சொல்லுற சின்ன விஷயம் தானா?" என்று ரஞ்சித் கேட்டான்.

சிரித்துக்கொண்டே தலையை ஆட்டிவிட்டு, ரஞ்சித்தின் தோளை தட்டிவிட்டு நடந்தான்.

"ரகு இப்போ சந்தோஷம் தானா?" என்று முத்துசாமி ரகுவை கேட்டான்.

ரகு தலையை ஆட்டினான், ஆனால் மனதிற்குள் வாசுவிற்கு ஏதாவது ஆகி விடுமோ என்ற பதற்றமும் பயமும் அதிகரித்தது.

இன்று இரவு இந்த விஷயத்தை எப்படியாவது வாசுவிற்கு சேர்த்துவிடனும் என்று முடிவு செய்தான்.

வழக்கம் போல அனைவரும் உறங்கிய பிறகு செல்வத்தை பார்த்து இந்த நியூஸை சேர்த்துவிடனும் என்று நினைத்தான்.

இரவு வந்தது, அனைவரும் உறங்கிய பிறகு கள்ள சாவியை வைத்து தன் அறையை திறந்தான். சுற்றி முற்றி பார்த்தான், ரஞ்சித்தையும் அசோக்கையும் பார்த்தான் இருவரும் நல்ல தூக்கத்தில் இருந்தனர். மெதுவாக செல்வத்தின் அறையை நோக்கி நடந்தான்.

அசோக், "என்ன தம்பி பொண்டாட்டி கூட பேச போறியா ?" என்று கேட்டான். ரகுவும்," ஆமாம் அண்ணா" என்றான்.

ரகுவின் இதய துடிப்பு அதிகரித்தது பயமும் அதிகரித்தது. அசோக் கண்டுபிடித்து விடுவானோ? என்று.

இருவரும் சேர்ந்தே செல்வத்தின் அறைக்கு சென்றனர். அங்கு இருந்த சேரில் செல்வம் தலையை தொங்கப் போட்ட படியே அமர்ந்து இருந்தார்.

“அண்ணே, அண்ணே “, என்று கூப்பிட்டான். செல்வத்திடம் இருந்து எந்த பதிலும் இல்லை தொங்கி கிடந்த தலையை கையை வைத்து தூங்கினான். கழுத்தில் வெட்டுக் காயம் செல்வத்தின் உயிரும் பிரிந்து இருந்தது. பயத்தில் படபடவென ரகுவின் இதயம் அடித்தது. திரும்பி அசோக்கை பார்த்தான். அசோக், கையில் அந்த வாய்ஸ் ரெக்கார்டரை வைத்திருந்தான்.

“துரோகி நாயே” என்று ரகுவின் கண்ணத்திலே பளார் என்று ஒரு அரை வைத்தான். ரகு கண்ணத்தை தேய்த்தபடி நின்றான். அவன் வயிற்றிலே ஒரு மிதி மிதித்தான் அசோக். ரகு அங்கே சுருண்டு விழுந்தான். உடனே அந்த அறைக்கு ரஞ்சித் ,முத்துசாமி மற்றும் இந்த இயக்கத்தில் இருக்கும் இரண்டு கைதிகளும் வந்தனர்.

“டேய் இவனை விடாதீர்கள், இவன் மீது இந்த கொலை கேஸை, போடுங்கள் இவன் எந்த ஜெயில் இருக்கிறான் என்பது யாருக்கும் தெரிய கூடாது ஆனால் இவன் தினம் தினம் கொடுமைகள் அனுபவிக்கிறான் என்ற செய்தி மட்டும் எனக்கு கேட்க வேண்டும். நாளை நம்ம ஜெயிலர் சண்முகம் வந்துவிடுவான் நான் அவனிடம் போனில் பேசுகிறேன். விடியும் வரை இவனை அடியுங்கள் “ என்று சொல்லிவிட்டு. அவர்கள் இயக்கத்திற்கு என்று ஒரு ரகசிய வழி சிறைக்கும் வெளியுலகத்திற்கும் இருக்கும். அதை இன்னும் போலீஸ் கண்டுபிடிக்கவில்லை அந்த வழியே சிறையை விட்டு தப்பிச் சென்றான்.

ரகு, என்னை அடிக்காதீர்கள் அடிக்காதீர்கள் என்று கெஞ்சிப்பார்த்தான். யாரும் அவன் சொல்வதை கேட்பதாக இல்லை.அவனை அடித்து உதைத்து, அங்கு இருந்த துறுநாற்றம் மிக்க கக்கூசில் அவனது தலையை வைத்து அமுக்கினர். அந்த நாற்றம் தங்க முடியாமல் அங்கே மயங்கி கிடைந்தான்.

●

4. சம்பவ நாள்

வாசுதேவனை கொன்றே ஆக வேண்டும் என்ற வெறியில் அசோக் ஜெயிலை விட்டு தப்பித்து வந்தான்.

இரவோடு இரவாக ரஞ்சித்தும் முத்துசாமியும் சேர்ந்து மயங்கி கிடந்த ரகுவை தூக்கிச் சென்று அவனின் செல்லுக்குள் போட்டனர்.

அசோக் கொலை செய்த கத்தியை நன்றாக துடைத்துவிட்டு அதில் ரகுவின் கைரேகை படியும்படி செய்து அந்த கத்தியையும் அதே செல்லில் போட்டுவிட்டு கிளம்பினர்.

காலையில் ஜெயிலர் இறந்த விஷயம் போலீஸ்க்கு தெரியவந்தது. இன்ஸ்பெக்டர் சண்முகம் அதனை ஆய்வு செய்ய வந்தார்.

பாரென்சிக் டீமும் அங்கே வந்தது, அங்கே இருந்த இரத்தம், முடி போன்ற ஆதாரங்கள் எடுத்து கொண்டு சென்றனர். அந்த ரூமில் இருந்த சிசிடிவி காட்சிகளை பார்க்க அந்த பதிவுகளை எடுத்துவர சொன்னார்.

அப்போது அந்த பதிவில் நேற்று ஜெயிலரை ரகு தான் கொலை செய்தது போல இருந்தது. அதை பார்த்தவுடன் ரகுவை கைது செய்தனர் மீடியாவிற்கு நியூஸ் சென்றது.

ஜெயிலர் கொலை அதில் ஒரு கைதி கைது என்று ரகுவின் போட்டோ மீடியாவில் பரவியது.இந்த நியூசை பார்த்த வாசுவிற்கு மிகுந்த அதிர்ச்சி, ரகு ஆபத்தில் இருக்கிறான் என்பது மட்டுமே தெரியவந்தது.

உடனே தன் இரகசிய போனை எடுத்து. *"Team Assembly Immediately"* என்று ஒரு மெசஜை அனுப்பினான். பிறகு அவனும் கிளம்பி *OTE* பில்டிங்க்கு சென்றான்.

"Hi folks, இன்னைக்கு மீடியாவில் வரும் ஜெயிலர் கொலை செய்த விடியோவை பார்த்திருப்பீர்கள், எனக்கு உடனே அந்த சிசிடிவி பதிவு வேணும்,

ஸ்வாதி, இன்று மாலைக்குள் அந்த முகம் நமக்கு தெரிய வேண்டும்" என்று உத்தரவு இட்டான்.

ஸ்வாதியும், "எஸ் சார், என்று சொல்லிவிட்டு அவளின் அறைக்கு சென்றார்.

"Any leads, அந்த ரகு தங்கச்சி கேஸில் மார்ப் செய்யாத விடியோல இருந்த கொலைகாரனை கண்டுபிடிச்சிகளா, அவனை பற்றிய டீடைல்ஸ் என்ன ஆச்சு?" என்று கேட்டான்.

குருமூர்த்தி முன்னே வந்து அந்த கொலை செய்தவன் பேரு முருகன், அவனோட அட்ரெஸ் கண்டுபிடிச்சு அவன் வீட்டில் விசாரிச்சோம். அவன் காசுக்காக கொலை மற்றும் அடியாள் வேலை செய்கிறவன், கடைசியாக ஒரு கொலை செய்துவிட்டு வீட்டிற்கு வந்தான். பதட்டத்துடன் பேசினான். நான் தலை மறைவு ஆக போகிறேன் என்று சொல்லிவிட்டு சென்றான்.

ஆனால் அத்துடன் அவன் வீட்டிற்கே வரவில்லை என்று அவன் மனைவி வாக்குமூலம் கொடுத்தார். இவ்வாறு வாசுவிடம் குருமூர்த்தி சொன்னான்.

"எங்கே சென்றான், யார் சொல்லி இந்த கொலையை செய்தான் போன்ற விஷயம் விசாரித்தீர்களா?" என்று வாசு,குருமூர்த்தியை கேட்டான்.

"அவனுடைய செல் சிக்னல் கடைசியாக எங்கே கிடைத்தது என்று செக் பண்ண சொல்லுங்க" என்று குருமூர்த்திக்கு கட்டளை இட்டான்.

"வேறு ஏதாவது *leads* கிடைத்ததா, நமக்கு டைம் இல்லை, நாள் ஆக ஆக புதுப் புதுப் பிரச்சனை வெடித்து கொண்டு இருக்கிறது. இன்னும் யார் யார் இருக்கிறார் என்று ஒரு சின்ன குளு கூட நம்மால கண்டுபுடிக்க முடியவில்லை" என்று விரக்தியுடன் பேசினான்.

நம்ம ஆப்ரேஷனுக்கு உதவி செய்து ரகுவும் உள்ளே மாட்டிக்கொண்டான் என்ற குற்ற உணர்வும் வாசுவை உறுதிக் கொண்டு தான் இருந்தது. அவன் எந்த நிலைமையில் இருக்கிறான் என்ற தகவல் கூட தெரியாமல் இருந்தான். சில மணி நேரம் கழித்து ஸ்வாதி தன் அறையில் இருந்து வெளியே வந்தாள்.

"சார், அந்த விடியோவை டிகோட் செய்தாச்சு. இவன் தான் உண்மையான குற்றவாளி", என்று அசோக்கை காட்டினாள்.

நினைச்சேன் இவனாக தான் இருக்கும் என்று" என்றான் வாசு.

"இந்த வீடியோ எவிடென்ஸ் வைத்து ரகுவை வெளியே எடுத்துவிடலாம்ல சார்" என்று ஸ்வாதி கேட்டாள்.

“வீடியோ மார்ப் பண்ணிருக்கான்னு நம்ம கிட்ட ஆதாரம் இருக்கு. எப்படி மார்ப் பன்னிருக்கார்கள் என்பதை கண்டுபிடிக்க வேண்டும், இல்லை என்றால் நாம் தான் ரகு செய்ததை அசோக் செய்தது போல் மார்ப் செய்தோம் என்று நம்பி கேஸ் திரும்ப வாய்ப்புள்ளது. அதை மறுக்கவும் நம்மிடம் ஆதாரங்கள் இல்லை எனவே எப்படி மார்ப் பண்ணுறாங்க என்பதை விரைவில் கண்டுபிடிக்க வேண்டும்” என்றான்.

“இப்படி ஒரு விஷயம் இருப்பதை நான் நினைத்து பார்க்கவில்லை” என்றாள் ஸ்வாதி.

“இந்த வேகத்தில் நாம் வேலை செய்தால் இந்த ஆப்ரேஷன் தோல்வியில் தான் முடியும்” என்று விரக்தியுடன் சொன்னான்.

“வாங்க குருமூர்த்தி ஜெயில் என்ன நிலவரம் என்று பாப்போம்” என்று குருமூர்த்தியை அழைத்து கொண்டு வாசுவும் குருமூர்த்தியும் கிளம்பினார்.

செல்லும் வழியில் கமிஸ்னரிடம் இருந்து போன் வந்தது. “வாசு உடனே என் ஆபீஸ்க்கு வா, *its urgent*” என்றார்.

வாசு வண்டியை திருப்பி ஜெயிலுக்கு செல்லும் பாதையில் இருந்து கமிஷ்னர் ஆபீஸ்க்கு சென்றான். இருவரும் கமீஸ்னரை பார்க்க உள்ளே சென்றனர்.

“வாங்கயா , என்ன தான் நடக்குது எனக்கு ஒன்னும் புரியல, நம்ம ஆளு, ஆப்ரேஷன்னு உள்ள அனுப்புன, அவன் என்ன ஜெயிலரே கொலை பன்னுறான, *Already* செத்து போன சரவணனை யார் கொலை பண்ணதுனு

தெரியல, இப்படி தொடர்ந்து போலீஸ்காரங்களா சாவுறது, பிரஷர் மேல பிரஷர் ஏறுது, என்ன தான்யா வேலை செய்யுறீங்க", என்று கடுமையாக திட்டினார்.

வாசு தலை குனிந்த படியே, நெறுங்கிட்டோம் சார், இன்னும் கொஞ்சம் தான், ஒன்று இல்லை இரண்டு நாளில் ஆப்ரேஷன் முடித்து விடுவோம்" என்றான்.

"என்ன பண்ணுவியோ தெரியாது இரண்டே நாள் தான் உனக்கு டைம் அதுக்குள்ள உன்னால் முடிஞ்ச கண்டுபிடி இல்லையா, நீ பண்ண வரைக்கும் எனக்கு ரிப்போர்ட் சப்மிட் பண்ணிட்டு போ, நான் *CBCID* வைச்சு இந்த ஆப்ரேஷசனை முடித்து கொள்கிறேன்" என்றார்.

"சரி சார், என்று மெல்லிய குரலில் சொல்லிவிட்டு, கமீஸ்னருக்கு சலூட் அடித்துவிட்டு கிளம்பினான். காரில் செல்லும் வழியில் குருமூர்த்தி வாசுவிடம் கேட்டார்.

"எப்படி சார், இரண்டு நாளில் முடிக்க முடியும் நம்மிடம் ஒரு குளு கூட இல்லையே" என்று கேட்டான்.

"அதுதான் எனக்கும் புரியவில்லை,பார்போம்" என்றான்.

வீட்டிற்கு சென்று நன்றாக பல கோணங்களில் யோசித்து பார்த்தான். எந்த வித குளுவும் அவனுக்கு கிடைக்கவில்லை.ஜெயிலில் வாசுவிடம் பேச ஒரு போனை செல்வமிடம் கொடுத்து வைத்திருப்பான். அதற்கு போன் செய்தான். அதை இன்ஸ்பெக்டர் சண்முகம் எடுத்தான்.

"ஹலோ இன்ஸ்பெக்டர் சண்முகம் *speaking*" என்றான்.

“ஹலோ, நான் *A.C.P* வாசுதேவன் பேசுறேன், நீங்க கைது பண்ண ரகுவை பற்றி தகவல் தெரியனும்” என்று கேட்டான்.

“ரகு எங்க கஸ்டடியில் தான் இருக்கார் சார். நாளைக்கு அவரை கோர்ட்டில் சமர்ப்பிக்க போகிறோம். அவர் தான் கொலை செய்தார். என்பதற்காக ஆதாரமாக சிசிடிவி பதிவுகள் இருக்கிறது” என்றான் சண்முகம்.

“சண்முகம், ரகு ஒரு விஜிலென்ஸ் ஆபீசர். ஒரு சீக்ரெட் ஆப்பரேஷன்காக ஜெயிலுக்கு வந்திருக்கிறார். புரிந்து கொள்ளுங்கள், இரண்டு நாட்கள் உங்கள் கஸ்டடியில் வைத்திருங்கள். ஆதாரங்களுடன் வருகிறேன் அதன்பிறகு கோட்டில் சமர்பிக்கலாம்” என்றான்.

சண்முகம் அதனை ஒற்றுக்கொண்டான்.

எப்படி மார்ப் பண்ணுறாங்கனு ஸ்வாதி இல்லை ராமன் தான் கண்டுபிடிக்க முடியும் அவர்களுக்கு தான் இந்த டீமில் அதை பற்றிய அறிவு அதிகம் என்பதை வாசு உணர்ந்து, இரண்டு போரையும் எப்படியாவது இரண்டு நாட்களுக்குள் எப்படி செய்கிறார்கள் என்பதை கண்டுபிடியுங்கள் என்று உத்தரவு போட்டான்.

வாசு சொன்ன விஷயத்தை யோசித்துக் கொண்டே ஸ்வாதி வீட்டிற்கு சென்றாள். வழக்கம் போல் முகம் கழுவிய பிறகு கம்ப்யூட்டர் முன் அமர்ந்தாள். அதே அறையில் கட்டிலில் அவள் தம்பி தூங்காமல் போனில் கேம் விளையாடுவதை பார்த்தாள்.

“டேய், டைம் ஆய்டுச்சு. கேம் எடுத்து வைச்சுட்டு படு”,என்றாள்.

“இரு அக்கா, இந்த ஒரே ஒரு கேம் இது முடிந்தவுடன் படுக்கிறேன்” என்றான்.

“என்னமோ பண்ணு சீக்கிரம் தூங்கினால் சரி” என்று விட்டுவிட்டாள். கொஞ்ச நேரம் கழித்து அவளும் தூங்க சென்று விட்டாள். காலையில் ஒரு சைரன் ஒலி போல் அலாரம் அடிக்கும் சத்தம் கேட்டு எழுந்தாள், பார்த்தால் அந்த ஒலி அவள் தம்பியின் செல்போனில் இருந்துதான் வந்தது,மேலே ஒரு நோட்டிபிகேஷனும் வந்தது. *“Energy full come and play”* என்று. அந்த நோட்டிபிகேஷனை தொட்டாள். அது கேமிற்குள் சென்றது.

உடனே அதில் இருந்து வெளியே வந்தாள். கொஞ்ச நேரம் அந்த போனை நோடினாள்,பிறகு தன்னுடைய ரகசிய போனை எடுத்து,*“Got the Clue, Team Assemble”* என்று ஒரு மெசேஜை அனுப்பினாள், இதனை பார்த்ததும், வாசுவின் மனதில் ஒரு சின்ன பதிலை கண்டுபுடித்துவிட்டாள் என்று. உடனே அவசர அவசரமாக கெளம்பி *OTE BUILDING*-க்கு சென்றான் அங்கே ஸ்வாதி காத்துக்கொண்டு இருந்தாள். அடுத்த ஒரு மணிநேரத்திற்குள் அனைவரும் அங்கே ஆஜர் ஆயினர்.

அனைவரும் வந்த பிறகு ஸ்வாதி பேசத் தொடங்கினார்.

“நேற்று, என் தம்பி , *“Ready for Kill”* என்று புதிதாக ஒரு கேம் ஏற்றி விளையாடிக் கொண்டு இருந்தான். அதில் அவன் விளையாடும் பொம்மையின் முகம் அச்சு பிசுராமல் அவனை போலவே இருந்தது. இது எப்படி தத்ரூபமாக இப்படி இருக்கிறது என்று ஆராய்ந்து

பார்த்தேன். இந்த கேம் ஆரம்பிக்கும் போதே விளையாடுபவரின் *Facial data 360* ரெகார்ட் செய்து அந்த பதிவை வைத்துதான் பொம்மையை தயார் செய்கிறது. என் கணிப்பு சரி என்றால் இந்த கேமின் மூலம் தான் அவர்களுக்கு *Facial data* கிடைக்கிறது" என்றாள்.

"இது போன்று நிறைய கேம் ஆப்புகள் இருக்கிறதே எப்படி இதில் இருந்து தான் என்கிறார்கள் என்று சொல்லுகிறாய்? " என்று வாசு கேட்டான்.

"இந்த கேம் ஆப்பை உருவாக்கியது *"Faithfull Corp"* என்ற நிறுவனம். இந்த ஆப் மட்டும் இல்லை இந்த நிறுவனத்தில் *6-60* வரை அனைத்து வயதினர்கள் பயன்படுத்தும் ஆப்ஸ் இருக்கிறது. அணைத்து ஆப்பிலும் ஏதாவது ஒரு வகையில் *360 Facial data* ரெகார்ட் செய்ய படுகிறது. அவர்கள் செய்யும் மார்பிங்கும் இதே போன்று *360 Facial data*-வை வைத்துதான் என் கணிப்பு சரியென்றால், இந்த *360 Facial data* கம்பெனியை விசாரித்தால் கண்டிப்பாக குற்றவாளியை நெறுங்கலாம்" என்றாள்.

"*Good job* ஸ்வாதி, இது வைத்து அடுத்த கட்ட விசாரணை தொடரலாம், ரகுவின் போனை எடுங்கள்,மற்றும் நான் ரகுவிடம் பேச வைத்துள்ள போன் சண்முகமிடத்தில் இருக்கிறது அதையும் வாங்குங்கள். இரண்டு போனில் ஏதாவது ஒரு *Faithfull Corp*யின் ஆப்ஸ் இருக்கிறது என்று பாருங்கள் பிறகு அதில் இருக்கும் அதே *Facial data* தான் அவன் மார்ப் செய்த விடியோவிலும் இருக்கிறதா என்று பாருங்கள்" என்றான்.

"Yes Sir, என்று சொல்லிவிட்டு ஸ்வாதியும் ராமனும் கிளம்பினர், குருமூர்த்தியை இரண்டு போன்களையும் வாங்கி ஸ்வாதியிடம் கொடுக்க சென்றான். ஸ்வாதிக்கு இரண்டு போனும் கிடைத்தது அதில் *Faithfull Corp* கம்பெனியில் ஆப்ஸ் இருக்கிறதா? என்று தேடினாள். ரகுவின் போனில் ஒரு லோன் ஆப் இருந்தது. அதற்குள் சென்று *face data* இருக்கிறதா என்று தேடினாள் அதில் கிடைத்தது. அந்த டேட்டாவும் மார்பிங்கும் பயன்படுத்திய டேட்டாவும் ஒன்று தானா என்று ஒப்பிட்டு பார்த்தாள் அவளின் கணிப்பு படி இரண்டும் ஒன்றாக இருந்தது.

இதை தெரிந்து கொண்ட பிறகு வாசுவிற்கு ஒரு தெளிவு கிடைத்தது. இது போதும் இதைவைத்து ரகு குற்றவாளி இல்லை, அசோக் தான் கொலை செய்தது என்று நிறுபித்து விடலாம் என்ற சந்தோஷத்தில் இருந்தான். இந்த *Faithfull Corp* கம்பெனியை பற்றிய தகவல்கள் இன்னும் *2* மணி நேரத்திற்கு இங்கே இருக்க வேண்டும் என்று உத்தரவு போட்டான். போர்டின்முன் நின்றான்.

எப்படி செய்கிறார்கள் *:-*

சிசிடிவி கேமராவில் பதிவாகும் வீடியோகளை திருடி. அதை *Faithfull Corp* ஆப்ஸில் இருக்கும் *face data* வைத்து மார்ப் செய்து. கொலை செய்தது வேறு யாரோ போல சித்தரிக்கின்றனர். *360 face data* பயன்படுத்தி மார்ப் செய்வதால் மிகவும் தத்துரூபமாக அமைகிறது. ரகுதான் ஜெயிலரை கொலை செய்தான் என்பதை இப்படி தான் சித்தரித்துள்ளார். இதற்கு பின்னால் ஒலித்திருக்கும் முகங்களைக் கண்டுபிடிக்க வேண்டும்.

யார் ? ஏன் ? "

நமக்கான அடுத்த சவால்கள் யார், ஏன், நம்ம கேஸ் முடிக்க போறோம், கிட்ட நெறுங்கியாச்சு" என்றான்.

அசோக் ஜெயிலில் இருந்து தப்பித்து வந்தவுடன் அவனது கூட்டாளிகளை தேடிச் செல்ல ஆரம்பித்தான், அசோக்கை பற்றி எதுவும் ஜெயில் விசாரிக்கவில்லை என்ற தகவலை ரஞ்சித் அவனுக்கு சேர்த்தான்.

அசோக் முதல் முதலில் தேடிச் சென்றது நித்திலனை. அவன் தான் சிறு வயதில் இருந்து அசோக்கிற்கு துணையாய் நிற்கும் ஒரு நண்பன். அசோக்கின் கஷ்ட காலங்களும் அவனுடனே பயணம் செய்தவன். அசோக்கின் சிறை பறவைகள் இயக்கத்திற்கு சிறைக்கு வெளியே இருந்து அனைத்து வேலைகளையும் செய்பவன். வெளி உலகத்திற்கு நித்திலன் ஊட்டியில் சாக்லேட் மற்றும் வர்க்கி கடை வைத்திருப்பவன். ஆனால் சிறை பறவைகளுக்கோ இவன் ஒரு தளபதி

மாதிரி சிறையில் சம்பவ நாள் அன்று வரும் டார்கெட்டை முதலில் நித்திலன் தான் பெருவான் அதன் பிறகு எந்த வேலைக்கு எந்த குழுவை அனுப்புவது என்ற முடிவை எடுப்பதும் நித்திலன் தான். சிறையில் இருந்து தப்பித்தவுடன் 2 நாட்கள் ஊட்டியில் தங்கி ஓய்வெடுத்தான். இரண்டு நாட்களுக்கு பிறகு நித்திலனை அசோக்கிடம் கேட்டான்.

"என்ன ஆச்சு மச்சான். நீயே வந்திருக்க புறா தானே எப்பவும் வரும் ".

சிறைப்பறவைகளில் புறா என்றால் டார்கெட் யார் என்று சிறையில் வைத்து அசோக் குறிப்பவனின் விவரங்களை சேகரித்து அதை நித்திலனிடம் சேர்ப்பவன்.

"நானே வர அளவிற்கு கொஞ்சம் முக்கியமான ஆள் தான்" என்றான் அசோக்.

"அப்படியா,யாரு மச்சான், என்ன ஆச்சு" என்று நித்திலன் கேட்டான்.

"A.C.P வாசுதேவன் எப்படியோ ஜெயிலில் உள்ளே ஆள் வைத்து வேவு பார்த்துவிட்டான். கொஞ்சம் அசந்திருந்தால் மொத்தமாக கண்டுபிடிச்சிருப்பான். அப்புறம் நாமெல்லாம் காலி தான். இவனை சும்மா விடக்கூடாது, அவனுக்கு இந்த வாரம் சம்பவ நாள் குறிச்சிட்டேன்" என்றான்.

"அவசர படாத மச்சான்,நம்மல மாதிரி இருளில் இயங்கும் ஒரு இயக்கத்தையே ஒருத்தன் கண்டுபிடிச்சிருக்கானா கண்டிப்பாக அவன் மட்டும்

தனியாக இதை பண்ணிருக்க முடியாது. ஒரு டீம் இருக்கும், அந்த டீமை அடியோடு அழிக்கனும் அவனை தனியாக நிக்க வைக்கனும்" என்றான்.

"இல்லை மச்சான், அவனை அப்படிலாம் விடக்கூடாது. *Chief* இதுலாம் நடக்குதுனு தெரியவரத்துக்கு முன்னாடி இதை நிறுத்தனும் அதற்கு வாசுவை கொலை பண்ணுறதுக்கு தான் சரி" என்றான் அசோக்.

"நீ சொல்லுறது புரியுது ஆனால் இதை அடியோடு அழிப்பது தான் நல்லது. நம்ம ஆளுங்க டிபார்ட்மென்டில் இருப்பாங்க. விசாரிப்போம் ஏதாவது சீக்ரேட் டீம் நம்மை பிடிப்பதற்கு வேலை செய்கிறதா என்று தெரிந்து கொள்வோம் அதன் பிறகு அதில் இருப்பவர்களுக்கு ஒரு ஒரு நாளாக குறிக்கலாம்" என்றான் நித்திலன்.

அசோக் இரண்டு நிமிடம் மௌனமாக யோசித்தான்.

"கோபத்தில் எடுக்கும் முடிவுகள் எப்பவும் சரியாக அமையாது மச்சான். எல்லாம் திசையிலும் யோசிக்கனும் வாசுவை கொன்று விட்டால், அந்த டீம் கலந்துவிடும். நமக்கு எதிரான ஆதாரங்களும் உயிருடன் தான் இருக்கும் அதனால் கொஞ்ச கொஞ்சமாக எல்லாத்தையும் அழிக்கனும் " என்றான் நித்திலன்.

சிறுவயதில் இருந்த அசோக் கோபமும் வேகமும் கொண்டவன் ஆனால் அவனுக்கு நேர்மாறாக பொறுமையும் அமைதியாக யோசிக்கும் திரனும் கொண்டவன் தான் நித்திலன்.

“இவன் தான் இன்ஸ்பெக்டர் சக்தி. இவன் தான் டிப்பார்ட்மெண்டில் நமக்கான வேலைகள் செய்ய போகிறான் என்று ஒரு போட்டோவை நித்திலன் அசோக்க்கு காட்டினான்.

“சாதாரண இன்ஸ்பெக்டர் எப்படியா கண்டுபிடிப்பான், இது மேல்மட்ட லெவலில் நடக்கும் சமாச்சாரம்” என்றான் அசோக்.

“இவன் நினைத்தால் முடியும் என்னை நம்பு” என்றான் நித்திலன்.

“ஓக்கே மச்சான், நீ போய் நல்லா ரெஸ்ட் எடு நான் பாத்துக்கிறேன்“ என்று அசோக்கை அறைக்குள் அனுப்பிவைத்தான்.

மறுநாள் சக்திக்கு போன் செய்து அவனை ஊட்டிக்கு வரவைத்தான். அவனும் ஊட்டிக்கு வந்து சேர்ந்தான்.

“சொல்லுங்க சார், என்ன விஷயம் ஏன் என்னை அவசரமாக வரச் சொன்னீங்க” என்று நித்திலனை பார்த்து சக்தி கேட்டான்.

“சொல்லுறேன் சக்தி, இவன் தான் *A.C.P* வாசுதேவன். எவனை நீ வேவு பார்க்கனும் இவன் ஏதோ நம்ம இயக்கத்தை பற்றி தெரிஞ்சுகனும் முயற்சி பன்றான்.
இவனுக்கு பின்னாடி யார் யார் இருக்கா என்ன நடக்குது இவன் கிட்ட நம்ம இயக்கத்தை பற்றி என்ன என்ன எவிடெஸ் இருக்கு எல்லாம் எனக்கு தெரிஞ்சுஆகனும்” என்று சொல்லிவிட்டு இரண்டு ஐம்பது ஆயிரம் கட்டு பணமும் வாசுவின் போட்டோவையும் கொடுத்தான்.

“ஓக்கே சார், ஒன் வீக்ல உங்களுக்கு நான் ரிப்போர்ட் சப்மிட் பண்ணுறேன்” என்றான்.

பணத்தையும் போட்டோவையும் எடுத்துக்கொண்டு கிளம்பினான்.

இவன் தான் சரியாக இருப்பான் என்று எப்படி சொல்லுற? ” என்று அசோக் கேட்டான்.

இவன் போலீஸ் ஆவதற்கு முன்பே இரண்டு வருடங்களாக டிடெக்ட்டிவாக வேலை செய்து இருக்கிறான் நான் பண்ணுற பாதி அசைன்மெண்ட்க்கு துணையாக இருந்திருக்கிறான். திறமைசாலி மாட்டிக்காம செய்யனும்ன இவன் தான் கரெக்ட்” என்றான் நித்திலன்.

சக்தி மறுநாளே வேலைகளை தொடங்கினான். வாசுதேவன் எங்கே போகிறான். எப்போது திருப்பி வரான் அவனது தினசரி பழக்க வழக்கங்களை கண்காணிக்க ஆரம்பித்தான்.

வாசுவிற்கு தேவையான இரண்டு கேள்விக்கான பதில்கள் யார், ஏன் இதற்காக ரஷித்தை சந்தித்தான். இதுதான் சரியான தருணம் கண்ட்ரோல் ரூமில் பக் வைக்க அங்கு இருக்கும் யாரோ ஒருவரின் உதவியில் தான் இந்த கும்பல் இயங்குகிறது. அவன் வழியே தான் யார் இதை செய்கிறார்கள் என்பதை கண்டு பிடிக்க முடியும் என்பதை வாசு, ரஷித்திடம் கூறினான்.24 மணிநேரமும் கண்ட்ரோல் ரூம் இயங்கி கொண்டுதான் இருக்கும். அதில் இருக்கும் சிசிடிவி கேமராவில் எல்லாம் பதிவாகும் கண்டிப்பாக கண்ட்ரோல் ரூமை

அந்த கும்பலும் கண்காணிக்க வாய்ப்புகள் அதிகம், எப்படி பக்கை உள்ளே வைப்பது என்று இருவரும் யோசித்தனர்.

மறுநாள் சக்தி, நித்திலனுக்கு போன் செய்து கண்ட்ரோல் ரூமில் நம்ம ஆள், யாராவது இருக்கிறார்களா என்று கேட்டான். நித்திலனும் குமரேசன் என்று ஒருவனின் நம்பரை அனுப்பினான். குமரேசனிடம் சக்தி விஷயத்தை சொன்னான், குமரேசனும் "சரி உங்க மொபைலுக்கு பதிவுகள்(*footages*) வரும், வாசுதேவன் இந்த ஒரு மாதங்களின் எங்கு எல்லாம் சிசிடிவியில் பதிவாகியிருக்கவே எல்லாம் பதிவுகளும் உங்களுக்கு அனுப்புகிறேன்" என்றான்.

அன்று அங்கே மானிட்டர் செய்து கொண்டு இருக்கும். அணைத்து ஆபிஸர்களுக்கும் கமிஸ்னர் மீட்டிங் செட்டப் செய்ய பட்டது. அனைவரும் அந்த மீட்டிங்க்கு சென்றனர். அதே வேளையில் கண்ட்ரோல் ரூமிற்கு கரண்ட் கட் செய்யப்பட்டது. இந்த இடைவேளையை பயன்படுத்தி, வாசு பக் வைக்க நியமிக்கப்பட்ட டெச்னிசிங்ஸ் உள்ளே சென்று அந்த அறையில் யார் என்ன பேசினாலும் வாசுவிற்கும் *OTE* டீமிற்கும் கேட்கும் வகையில் பக் வைக்கப்பட்டது. பிறகு சில சீக்ரெட் கேமெராக்களும் அங்கே பொருத்தப்பட்டது. அந்த கேமராவில் பதிவாகும் காட்சிகளை *OTE* பில்டிங்கில் கண்காணிப்பு வேலைகள் நடந்தது.

கண்ட்ரோல் ரூமில் ஒரு சின்ன விஷயம் நடந்தாலும் அது *OTE* பில்டிங்கில் கண்டுபிடித்து விடலாம். அரைமணி நேரத்தில் கமிஸ்னர் மீட்டிங்கும் முடிந்தது, வாசுதேவன் நினைத்த வேலைகளும் முடிந்தது.

“ டெட்டாபேஸ் எப்படி கரப்ட் ஆகுது”. இந்த கேள்விக்கு இந்த செயலின் மூலம் பதில் கிடைக்கும் என்று வாசு நம்பினான்.

வாசு வாலையை பொதுவாக அந்த கும்பலுக்காக விரித்தான். ஆனால் இதில் மாட்டியது சக்தியும் குமரேசனும். தினமும் அங்கே நடப்பதை வாசு கண்காணித்து வந்தான்.

அப்போது ஒரு நாள் இரவில் மானிட்டர் செய்து கொண்டு இருந்த குமரேசன்,அங்கு பதிவான வீடியோ கிளிப்பிங்ஸ்களை பார்த்து கொண்டு இருப்பதை வாசு பார்த்தான். இவன் என்ன பார்க்கிறான் என்பதை பார்க்க வாசு கொஞ்சம் ஜூம் செய்து பார்க்கும் போது அவன் வாசு இருக்கும் எல்லா பதிவுகளை பார்ப்பதை கண்டு பிடித்தான். அப்போ குமரேசன் தான் அந்த கருப்பு ஆடு என்று நினைத்தான். வாசு சீக்ரெட் கேமராவில் பார்த்ததை மறுநாள் ரக்ஷித்க்கு காட்டினான். ”இவன் தான் நமக்கு கிடைச்சிருக்க முதல் குளு” என்றான் வாசு.

“அப்போ இவனை நம்ம கஸ்டடியில் எடுத்து விசாரித்தால் உண்மை வெளியே வந்திரும் சார்” என்றான் ரஷீத்.

“வேண்டாம் ரஷீத் இவனை இப்படியே பாலோ செய்தால் அவனே இவனுக்கு பின்னால் யார் இருக்கிறார்கள் என்று காட்டி விடுவான்” என்றான் வாசு.

அடுத்த நாளில் இருந்து குமரேசனை தீவிரமாக கண்காணிக்க ஆரம்பித்தான். அதில் வாசுவிற்கு கிடைத்த முதல் வெற்றி தான் சக்தி. அவன் சக்திக்கு தான் பதிவுகளை அனுப்புறான் என்பது தெரிய வந்தது.

உடனே தன் மொபைலை எடுத்து சக்திக்கு ஒரு மெசேஜை அனுப்பினான்.

"Good Job Sakthi, lets meet" என்று. இந்த மெசேஜை பார்த்தவுடன் சக்திக்கு ஒரு நிமிடம் வேர்த்துவிட்டது. இருவரும் சக்தி பணிபுரியும் காவல் நிலையத்தில் சக்தியின் அறையில் சந்தித்தனர்.

"சொல்லுங்க சக்தி ஏன் என்னைய வேவு பாக்குறீங்க ?" என்று வாசு கேட்டான்.

"அது....அது வந்து சார், ஒன்னும் இல்லை நீங்க தான் என் இன்ஸ்பிரேஷன் சார். உங்க வர்க் பத்தி தெரிஞ்சிக்கலாம்னு ஒரு ஆர்வம்" என்றான் சக்தி.

"இருந்தாலும் கொஞ்சம் பெட்டரா சமாளிச்சுருக்கலாம் சக்தி" என்றான் வாசு,சக்தியின் முகம் மாறியது.

"நான் உண்மையை சொல்லிருறேன் சார், ஆனால் என்னை மன்னித்து விடுங்கள்".

"நீங்க இதுக்கு முன்னாடி ஒரு மினிஸ்டர் மகன் கேஸ் ஹாண்டல் பண்ணீங்களே, அந்த மினிஸ்டர் முன் பகை வைத்து கொண்டு உங்களை கொலை செய்ய முடிவு பண்ணிட்டார். மேல் இடத்தில் ஒரு அதிகாரியின் உத்தரவில் தான் பண்ணேன். நீங்க கண்டு பிடிசிப்பீங்க, சாரி சார் இனி நான் இதை தொடர மாட்டேன்" என்றான்.

"யார் அந்த மேல் அதிகாரி? " என்று கேட்டான்.

"அது வெளியே சொன்ன என் குடும்பத்து மேலயே ஆபத்து இருக்கு சார்" என்றான் சக்தி.

“சரி, எந்த நாள் என்னை கொலை செய்ய குறிச்சிருக்காங்க ?” என்று கேட்டான்.

“செப்டம்பர் 29” என்று சொன்னான்.

“அவரிடம் சொல்லு, மாலை 4-6, எங்க வீட்டு மடியில் தனியாக தான் தியானம் செய்து கொண்டு இருப்பேன் அருகில் துப்பாக்கி இருக்காது” என்று இனி வேவு பார்ப்பதை நிறுத்திக்கொள் என்று வார்னிங் கொடுத்துவிட்டு அங்கு இருந்து கிளம்பினான்.

அவன் கிளம்பியவுடன், சக்தி தன் போனை எடுத்து நித்திலனுக்கு ஒரு மெசேஜ் போட்டான்.

“KILL VASU ON 29th SEPT”.

5. மர்ம வேட்டை

சண்முகம், வாசுவிற்கு போன் செய்தான். "சார். இதுக்கு மேலையும் ரகுவை கோர்ட்டில் ஆஜர் செய்யாமல் இருக்க முடியாது சார், மேலிடத்தில் இருந்து பிரஷர் வேற" என்றான்.

வாசு "சரி நான் கோர்ட்டில் மீட் பண்ணுறேன் என்றான்.

வாசு உடனே அவனுக்கு தெரிந்த வக்கில் கிருஷ்ணாவை பார்க்க சென்றான். அவரிடம் இந்த கேஸின் முழு விவரங்களையும்,இதுவரை சேமித்த ஆதாரங்களையும் கொடுத்தான்.

"எப்படியாது ரகு நிறபராதி என்று ப்ரூ செய்து விடுங்கள் போதும்" என்றான்.

"பண்ணலாம் வாசு, ஆனால் நீங்க சொல்லுற ரகசிய ஆப்ரேஷன் வெளியுலகத்திற்கு தெரிந்து விடும் பரவாலையா?" என்று வக்கில் கேட்டார்.

"பரவாயில்லை சார். எனக்கு அவன் தண்டனை அனுபவிக்கும் குற்ற உணர்ச்சியும், அவனை கொலைகாரன் என்று வெளியுலகம் சித்தரிப்பதையும் தாங்கிக் கொள்ள முடியவில்லை" என்றான் வாசு.

"இமோஷனலாக எந்த முடிவும் எடுக்காதீங்க வாசு, நீங்க கிட்டதட்ட நெறுங்கிடீங்க இன்னும் கொஞ்சம் முயற்சி செய்தால் அந்த கும்பலை நெறுங்கி விடலாமே?" என்று வக்கில் கேட்டார்.

"வெளியுலகத்திற்கு தெரியட்டும் சார், ஒளிஞ்சு இருக்கிரவனுக்கு தெரியட்டும் நம்மள புடிக்க ஒருத்தன் இருக்கான்னு , கண்டிப்பாக ஒரு நாள் இந்த கும்பலை பிடிப்பேன் சார்" என்றான்.

"அதுக்கு அப்புறம் உங்க இஷ்டம் சார், நான் நீங்க கொடுத்த எவிடென்ஸ் வச்சு ரகுவை வெளியே கொண்டு வரப் பாக்குறேன்" என்றார் வக்கில்.

விடிந்தால் எல்லோருக்கும் இப்படி ஒரு ஆப்ரேஷன் நடக்கிறது, கேஸ்கள் தவறான பாதையில் செல்கிறது என்று எல்லாம் விஷயங்களும் வெளியுலகத்திற்கு தெரிய போகிறது, குற்றங்கள் செய்பவன் இன்னும் உஷார் ஆகி மாட்டிக்கொள்ளாமல் இருப்பதற்கான வேலைகள் செய்வான் என்று வாசு மனதில் ஓடிக்கொண்டு இருந்தது.

அவன் சிந்தனையை கலைத்தது அவனின் ரகசிய போனின் ஒளி, போனை எடுத்து பார்த்தான், ராமன் தான் போன் செய்தார், போனை அட்டென்ட் செய்து. "ஹலோ, சொல்லுங்க ராமன் என்ன விஷயம்?" என்று கேட்டான்.

"ஒரு முக்கியமான *lead* கிடைச்சிருக்கு, டேட்டாபேஸ் கரப்ட் ஆகுறதுக்கும், குமரேசன்னுக்கும் சம்மந்தம் இருக்கு. நான் எல்லாம் டீட்டெய்ல்ஸ்யும் *compile* பண்ணி ஒரு *Report* - அ *File* -ல வச்சுருக்கேன், நாளைக்கு கொண்டு வந்து தரட்டுமா?" என்று கேட்டார்.

"இல்லை ராமர், இது மிகவும் முக்கியமான எவிடன்ஸ் , இப்போவே நீங்க எங்க இருக்கீங்கனு சொல்லுங்க நான் வந்து வாங்கிக்கிறேன்" என்றான்.

"ஓக்கே சார்", என்று தான் இருக்கும் லொக்கேஷனை அவனுக்கு அனுப்பினார் ராமர்.

வாசு உடனே காரை எடுத்துக்கொண்டு கிளம்பினான், அந்த லொக்கேஷன் வாசுவின் வீட்டில் இருந்து *10* கீ.மி, தூரத்தில் இருந்தது.

வேகமாக சாலையில் சென்று கொண்டு இருக்கும் போது எங்கிருந்தோ ஒரு குண்டு வேகமாக வந்து வாசுவின் இடது தோள்பட்டையை துளைத்தது.

தன் நிலையை அறியாமல் காரின் கண்ட்ரோலை விட்டு, வேகமாக சென்ற கார் சாலையோரத்தில் நின்று கொண்டு இருந்த லாரியின் மீது மோதியது, காரின் உள்ளே இருந்து *Airbag* வெளியே வந்து வாசுவின் மேலே இடித்து அவனை பெருங்காயத்தில் இருந்து காப்பாற்றியது.

காரின் கதவை துறந்து படுத்தபடியே கீழே விழுந்தான். அங்கு இருந்த மக்கள் கார் இடித்த சத்தம் கேட்டு அங்கு வந்து பார்த்தனர், அதில் ஒருவன் போலீஸ்க்கு போன் செய்து விபத்து நடந்ததை தெரியப்படுத்தினான்.

அடுத்த கால்மணி நேரத்திற்குள் அங்கே போலீஸ் மற்றும் ஆம்புலன்ஸ் வந்தது.

அந்த ஏரியாவின் இன்ஸ்பெக்டர் சக்தி சம்பவ இடத்திற்கு வந்தான், அங்க இருக்கும் கும்பலை விளக்கிவிட்டு சென்று பார்த்தான், அடிப்பட்டு உயிருக்கு போராடும் நிலையில் வாசு துடித்துக் கொண்டு இருந்தான்.

அவனை ஆம்புலன்ஸில் ஏற்ற உத்தரவிட்டான், சரியாக அவனை ஆம்புலன்ஸில் ஏற்றும் போது செல்லில் நேரத்தை பார்த்தான்

12.00 Sept 29 என்று இருந்தது, போனில் *Chief* என்று ஒரு நம்பர் இருந்தது, அந்த நம்பருக்கு ***"Job Done"*** என்று ஒரு மெசேஜை அனுப்பினான், அதே நேரத்தில் அசோக்கும் *Chief* என்று சேவு செய்து வைத்திருந்த நம்பருக்கு ***"Job Done"*** என்று மெசேஜ் அனுப்பினான்.

அதே நேரம், ஸ்வாதி வீடு,

வீட்டில் அனைவரும் தூங்கிக் கொண்டு இருந்தனர், அந்த சமயத்தில் யாரோ தொடர்ந்து காலிங் பெல்லை அடிப்பது போல் சத்தம் கேட்டது,

ஸ்வாதியும், அவள் தம்பியும் தூக்கத்தில் இருந்து எழுந்தனர், அவள் தம்பி கதவை நோக்கி நடந்தான்,

ஸ்வாதி அவனை தடுத்தாள், "இருடா, நான் போய் பார்க்கிறேன்" என்று சொல்லிவிட்டு கதவின் அருகில் சென்றாள், கதவை திறக்காமல் கதவின் லென்ஸ் வழியே பார்த்தாள்.

யாரோ முகமூடி அணிந்து கையுறைகளுடன் நான்கு பேர் கையில் கோடாரி, சின்ன சுத்தியல், போன்ற ஆயுதம் வைத்திருந்தனர். விடாமல் காலிங் பெல்லை அழுத்திக் கொண்டே இருந்தனர்.

அந்த சமயத்தில் தூங்கிக் கொண்டு இருந்த வயதான ஸ்வாதியின் அம்மா, அப்பாவும் விழித்து கதவை நோக்கி வந்தனர். ஸ்வாதி இருவரையும் தடுத்தாள், உள்ளே

போங்க, உள்ளே போங்க, என்று ரூமை கை காட்டி சைகை செய்தாள், அவர்களும் உள்ளே சென்றனர்,

காவல்துறைக்கு போன் செய்யலாம் என்று தன் போனை எடுத்தாள், ஆனால் அதில் சிக்னல் இல்லை, பின்பு தம்பி, அம்மா, அப்பா எல்லாம் போனையும் தேடி எடுத்தால் எதிலும் சிக்னல் இல்லை திடீரென்று அணைத்து போன்களும் சுவிட்ச் ஆப் ஆனது.

பதற்றத்தில் அவளுக்கு வேர்க்க ஆரம்பித்தது, தம்பியையும் அழைத்து சென்று அம்மா, அப்பா இருக்கும் ரூமில் விட்டுவிட்டு கதவை பூட்டினாள், காலிங் பெல்லின் சத்தம் நிற்காமல் கேட்டுக்கொண்டு இருந்தது

லேப்டாப்பை ஆன் செய்து பார்த்தாள் அதிலும் இன்டர்நெட் வரவில்லை என்ன செய்வது, எப்படி தப்பிப்பது என்று தெரியாமல் யோசித்துக்கொண்டு இருந்தாள், அவளின் இதயத்துடிப்பு வேகமாக இருந்தது, அப்போது அவளுக்கு ஒரு யோசனை தோன்றியது.

கீழே *security* இருப்பார், மேலே இருந்து ஏதாவது பொருட்களை தூக்கிப்போட்டால் அது உடையும் சத்தத்தை வைத்து மேலே பார்ப்பார் அவரிடம் உதவி கேட்கலாம் என்று நினைத்தாள்.

வீட்டில் இருந்த ஒரு கண்ணாடி கூஜாவை ஜன்னலுக்கு வெளியே தூக்கிப் போட்டாள்,பதிமூணாவது மாடியிலிருந்து அது விழுந்து நொறுங்கியது.

ஜன்னல் வழியே கையை ஆட்டி *Help!! Help!!* என்று கத்தினாள், யாரும் வருவதாக தெரியவில்லை,

காலிங் பெல் அடிக்கும் சத்தம் நின்றது. கதவு இருக்கும் திசையில் திரும்பி பார்த்தாள், கொஞ்ச நேரம் அமைதியாக இருந்தது.

பிறகு டம் என்று பட்டாசு வெடித்தது போல் ஒரு சத்தம் கேட்டது. கதவின் லாக் மட்டும் உடைந்தது, மெதுவாக கதவு துறந்தது. அந்த நான்கு பேரும் உள்ளே வந்தனர். ஸ்வாதியை தேடினர், அவளின் லேப்டாப் இருந்தது அதை எடுத்து அவர்கள் கொண்டு வந்திருக்கும் பேக்கில் வைத்தனர், ஸ்வாதி பயத்தில் கிட்சனில் கேஸ் சிலிண்டர் இருக்கும் இடத்தில் ஒலிந்து கொண்டு அந்த சின்ன கதவை பூட்டிக் கொண்டாள்.

அந்த நான்கு பேரும் வீட்டில் பென்ட்ரைவ், மெம்மரி கார்ட், கம்ப்யூட்டர் போன்ற பொருட்களை எடுத்து தங்கள் பேக்கில் வைத்தனர், பின்னர் அங்கு இருக்கும் அனைத்து போன்களையும் எடுத்த பிறகு ஒருவன் மற்றொருவனை பார்த்து தலையை ஆட்டி தம்ஸ் அப்

காட்டினான் உடனே அந்த மற்றொருவன் கிட்சனை நோக்கி நடந்தான்.

கேஸ் சிலிண்டர், இருக்கும் கதவை திறந்தான், உள்ளே கை கால்களை முடக்கி ஸ்வாதி உட்கார்ந்திருந்தாள்.

அவளை முடியை பிடித்து வெளியே இழுத்துப் போட்டான், அங்கு இருந்த கேஸை துறந்து விட்டான், ஸ்வாதி, "வேண்டாம், வேண்டாம், *Please*", என்று கெஞ்சி அழுதாள், ஆனால் அதையெல்லாம் அவன் காதில் வாங்குவதாக தெரியவில்லை, கேஸை திறந்து விட்டு, ஸ்வாதியின் தலைமுடியை இருக்கமாக பிடித்தான்.

அவள் வலியில் கத்தினாள், அவளை அப்படியே முடியை பிடித்தபடியே முகத்தில் வேகமாக ஒரு குத்து குத்தினான், வாயில் இருந்து ரத்தம் தெறித்தது, மயங்கி விழுந்தாள்.

ஒருவன் தரையில் இருக்கும் ரத்தத்தை துடைத்தான் பிறகு ஒருவன் அவளை தூக்கி தோளில் போட்டான் கேஸின் வாடை வீடு முழுவதும் பரவியது.

கேஸ் வாடை அடிக்கிறதே என்ன ஆச்சு பாப்போம் என்று ஸ்வாதியின் அம்மாவும், தம்பியும் ரூமை திறந்து வெளியே வந்தனர், ஹாலில் அந்த நான்கு பேரும் இல்லை, அவள் தம்பி ஸ்வாதியை தேடினான். அதே சமயம் அவள் அம்மா சமையல் கட்டை நோக்கி நடந்தார்.

அம்மா கேஸை ஆப் செய்வதற்குள், வெளியே இருந்து ஒரு பேப்பர் குண்டு எரிந்து கொண்டே ஹாலில் உள்ளே வந்து விழுந்தது. பேப்பர் குண்டை எரிந்து விட்டு அந்த நான்கு பேரில் ஒருவன் வேகமாக வந்து லிப்ட்-யில் ஏரினான், லிப்ட் கீழே இயங்கியது, ஸ்வாதியின் வீடும் வெடித்து சிதறியது.

அதே நேரம் வக்கீல் கிருஷ்ணன் ஆபிஸ்,

நாளை கோர்ட்டில் பேசப் போகும் பாயிண்ட்ஸ் மற்றும் ஆதாரங்கள், சாட்சிகள் அனைத்தையும் தயார் செய்து கொண்டு இருந்தார்.

அப்போது எழுதிக் கொண்டே இருக்கும் போது, கை தவறுதலாக அருகில் இருந்த டிவி ரிமோட்டில் பட்டது, டிவி ஆன் ஆனது, செய்தியில் *A .C .P* வாசுதேவன் வாகன விபத்தில் சிக்கி மருத்துவமனையில் அனுமதி என்ற செய்தி அவன் காதில் கேட்டது,

டிவியை பார்த்தான், அச்சச்சோ என்று நினைத்து முடிப்பதற்குள் அடுத்து செய்தி ஒளிப்பரப்பு ஆனது, கிரீன் வியு அப்பார்ட்மென்டில் சிலிண்டர் வெடித்து ஒரு தம்பதியர் மற்றும் 12 வயது சிறுவன் பலி என்று, அந்த தம்பதியின் போட்டோவை பார்த்தவுடன் அது ஸ்வாதியின் பெற்றோர் என்று தெரிந்தது.

ஸ்வாதியும் வாசுவும் ஒரே காலேஜில் படித்தவர்கள் அதனால் வாசுவின் நெறுங்கிய வக்கீலான கிருஷ்ணாவிற்கு ஸ்வாதியின் குடும்பத்தை ஒரு முறை வாசு அறிமுகம் செய்து வைத்துள்ளான்.

கிருஷ்ணன், ஸ்வாதிக்கு போன் செய்ய முயற்சி செய்தான். அவன் போனில் சிக்னல் இல்லை.சரி எழுந்து வாசுவை அட்மிட் செய்யப்பட்டு இருக்கும் மருத்துவமனைக்கு செல்லலாம் என்று நினைத்து கார் சாவியை தேடி எடுத்துக்கொண்டு கதவின் அருகில் சென்றான்.

கதவை திறக்க முயற்சி செய்தான். யாரோ வெளிப்பக்கத்தில் பூட்டி வைத்திருப்பதை உணர்ந்தான், கதவை உடைக்க திட்டமிட்டான் உடைப்பதற்கு தோதாக ஏதாவது இருக்குமா என்று தேடினான், செல்ப்பில் இருக்கும் டூல்ஸ் பாக்ஸ் நியாபகத்திற்கு வந்தது.

அதை எடுத்து அதில் இருந்த சுத்தியலை எடுத்துக்கொண்டு கதவின் அருகில் நின்றான்.

சுத்தியலை வைத்து கதவை அடித்தான் 10 - 15 அடி அடித்த பிறகு கதவு உடைந்தது, உடைந்த ஓட்டை வழியே முகமூடி போட்ட ஒருவன் கையில் கோடரி

வைத்திருப்பதை கண்டவுடன் ஒரு நிமிடம் அவனுக்கு இதயமே நின்றது போல் ஆகிவிட்டது,

கிருஷ்ணா அந்த ஒரு நிமிட அதிர்ச்சியில் இருந்து வெளியே வருவதற்குள் அந்த கோடரியின் பின்புறத்தை வைத்து கிருஷ்ணாவின் தலையிலே வேகமாக தாக்கினான்.

கிருஷ்ணா நிலை குழைந்தபடி கீழே விழுந்தான். மயங்கி இருந்த அவனை இழுத்து சென்று செல்ப்பின் கீழே போட்டு அவன் மீது அங்கு இருக்கும் எல்லாம் ஃபையில் மற்றும் அங்கு இருக்கும் புத்தகங்களை போட்டு அங்கு இருக்கும் கரண்ட் *wire* -யை பிடிங்கி *short -circuit* மாதிரி செய்து விட்டு அங்கு இருந்து வெளியேறினான்.

அந்த ஆபீஸ்-யே பற்றி எரியத் தொடங்கியது. மயக்கத்தில் இருந்து எழுந்த கிருஷ்ணன் அங்கு இருக்கும் தீக்கு இறையானான்.

அவன் அந்த நெறுப்பில் வெந்து துடித்து துடித்து இறக்கும் காட்சியை தூரத்தில் இருந்து அந்த முகமூடி போட்டவன் ரசித்துவிட்டு, பாக்கெட்டில் இருக்கும் போனை எடுத்தான், எடுத்து *"JOB DONE"* என்று *Chief* என்ற நம்பருக்கு மெசேஜ் அனுப்பினான்.

காலை பொழுது விடிகிறது, ரகுவை போலீஸ் கஸ்டெடியில் இருந்து கோர்ட்டுக்கு சண்முகமும் அவனது டீமும் அழைத்து சென்றனர், ரகுவிற்கு வாசு மற்றும் கிருஷ்ணாவிற்கு நடந்த சம்பவங்கள் தெரியாது,

தம்மை காப்பாற்றி வெளி கொண்டுவருவான் என்று வாசு மீது அதிகமாக நம்பிக்கையுடன் இருந்தான். கோர்ட்டிற்குள் நுழைந்ததுமே அவன் கண்கள் வாசுவை தேட ஆரம்பித்தது. ஆனால் அவனுக்கு ஏமாற்றமே மிஞ்சியது.

கோர்ட்டில் ரகு குற்றவாளி இல்லை என்பதற்கான எந்த ஆதாரங்களும் இல்லை ஆனால் அவன் குற்றசாளி என்பதை நிறுவிக்கும் வண்ணம்

அந்த சிசிடிவி பதிவுகளில் அவன் அந்த மணிநேரத்திற்குள் ஜெயிலர் செல்வதுடன் இருந்தான் என்ற *alibi* -யும் ப்ரூ செய்யப்பட்டது,

அதனால் ரகுவிற்கு அதிகப்பட்ச தண்டனையாக, ஆயுள் தண்டனை கிடைத்தது.

அவன் கண்கள் கலங்கியது. இனி அவன் ஆயுட்காலம் முழுவதும் அந்த புழல் சிறையில் தான் கழிக்க வேண்டும் என்று உறுதியானது.

வாசு தன்னை காப்பாற்ற வராமல் இருந்தது வாசு அவனுக்கு செய்த பெரிய துரோகமாக நினைத்தான்.

தண்டனையை விட இந்த துரோகம் அவனுக்கு மிகுந்த மனவலியை கொடுத்தது.

மீண்டும் அந்த சிறைச்சாலைக்குள் சென்றான், அவனை நன்பனாக பார்த்த ரஞ்சித்தும், முத்துசாமியும் அவனை ஒரு துரோகி போல் பார்த்தனர்,

இரண்டு நாட்கள் அறைக்குள்ளே இருந்தான், சாப்பிடக் கூட வெளியே வரவில்லை. வார்டன்கள் வந்து லத்தியை வைத்து அடித்தும் பார்த்தனர், அவ்வளவு வலியையும் தாங்கினான், ஆனாலும் வெளியே வரவில்லை. அவனின் மனதின் வலிதான் உடலின் வலியை விட அதிகமாக இருந்தது. இரண்டு நாள், மூன்று நாள்

ஆனது எதையும் சாப்பிடாமல் இருந்தான். அன்று இரவு ரகுவிற்கு ஒரு யோசனை தோன்றியது, நாளை ரஞ்சித்திடம் பேசுவோம், உண்மைகளை எடுத்து சொல்லிவிட்டு, நாமும் சிறை பறவைகள் இயக்கத்தில் சென்று துரோகம் செய்த வாசுவையும் அந்த ஒட்டுமொத்த டீமையும் கொள்ளவேண்டும் என்று முடிவெடுத்தான். வாசு மற்றும் அந்த டீமில் இருந்தவர்களுக்கு நடந்த கொடுமைகள் அறியாமலே இருந்தான்.

பல மாதமாக வாசுவும் அவன் டீமும் இந்த ஆப்பரேஷனுக்காக உழைத்த உழைப்பை ஒரே இரவில் ஒன்றும் இல்லாதது போல் செய்துவிட்டனர். டீமிற்கு முதுகெழும்பாய் இருந்த ரகுவும், வாசுவும் மீள முடியாத துயருக்கு சென்று விட்டனர். இப்படி ஒரு ஆப்ரேஷன் நடந்தது, இதுபோன்று பல நிரபராதிகள் தண்டிக்கப்பட்டுள்ளார்கள் என்ற விஷயம் அடியோடு அழித்து ஒரு சின்ன ஆதாரமோ, தடையமோ இல்லாதபடி செய்து விட்டனர். ஆப்ரேஷனுக்காக சில உயிர்களும் பலி ஆகிவிட்டது.

6. டிமன் வருகை

விபத்தில் சிக்கிய வாசுதேவனை அருகில் இருந்த மல்ட்டி ஸ்பெசாலிட்டி ஹாஸ்ப்பிட்டலில் சேர்த்தனர், முதலில் அவன் கையில் பாய்ந்த துப்பாகின் தோட்டாவை எடுத்தனர்.

பிறகு சுமார் 6 மணிநேரம் தீவிர சிகிச்சை அளித்தனர், அதன் பிறகு தான் மரணம் என்னும் கண்டத்தில் இருந்து தப்பினான், விபத்தில் முதுகெழும்பில் அடிப்பட்டதால், அதற்கும் ஒரு சர்ஜரி செய்தனர், எழுந்து நடக்க ஆறு மாதங்கள் ஆகும் என்ற நிலைமை. "மயக்க நிலையில் இருக்கும் அவன் காலையில் கண்விழித்து விடுவான்" என்று டாக்டர் சக்தியிடம் கூறினார்.

பின்னர், வாசுவிற்கு கொடுத்த சிகிச்சைகளையும், அவனது தற்போதைய நிலைமையும் ஒரு ரிப்போர்ட் ஆக எழுதி டாக்டர் சக்தியிடம் ஒப்படைத்தார்.

சக்தி அதைப் படித்துவிட்டு இதில் வாசுவின் உடலில் இருந்த தோட்டா மற்றும் அதனை எடுத்ததாக கூறப்பட்டிருக்கும் விஷயங்களை மறைக்க வேண்டும் என்று டாக்டரிடம் சொன்னார்.

முதலில் டாக்டர் ஒற்றுக் கொள்ளவில்லை பிறகு டாக்டர்க்கு செய்ய வேண்டிய மரியாதைகளை செய்தவுடன் அவரும் ஒற்றுக்கொண்டு வேறு ஒரு ரிப்போர்ட்டை தயார் செய்து எடுத்துவந்தார்.

சக்தி அந்த ரிப்போர்ட்டை எடுத்துக் கொண்டு கமிஸ்னர் ஆப்பிஸ்க்கு சென்றான்.

கமிஸ்னர் முன் அந்த ரிப்போர்ட்டை சமர்பித்தான். அதை வாங்கி கமிஸ்னர் படித்தார். அதில் விபத்திற்கு முன் வாசு மது அருந்தியிருந்ததாகவும்,அதுவும் அளவிற்கு அதிகமாக சென்றதாகவும், ஓட்டும் கட்டுப்பாட்டை இழந்து விபத்தில் சிக்கியதாகவும் இருந்தது. அதை படித்த பிறகு, கமிஸ்னர் "ஓக்கே, *Thank you* சக்தி, நான் பாத்துக்குறேன்" என்றார். பிறகு சக்தி அங்கு இருந்து கிளம்பினான்.

மறுநாள் காலையில் வாசு மயக்கத்தில் இருந்து எழுந்தான். டாக்டர் அவனிடம் அவனுக்கு இருக்கும் பிரட்சனைகளையும் அவனுக்கு கொடுக்கப்படும் சிகிச்சைகளை பற்றியும் கூறினார்.

"அடுத்த 6 மாதங்களுக்கு எழுந்து நடப்பது கடினம் தான்" என்று அவர் சொல்வதை கேட்கும் போது, வாசுவின் கண்களில் இருந்து கண்ணீர் வடிந்தது. பின்னர் அங்கே ஒரு நர்ஸ் உள்ளே வந்து அவனின் உடைமைகளை கொடுத்துவிட்டு சென்றாள்.

தன் போனை கையில் எடுத்துப் பார்த்தான்,அது சுக்கு நூறாக உடைந்து இருந்தது. அவனது ரகசிய போனை கண்கள் தேடியது ஆனால் அது அங்கே இல்லை. டாக்டர் வெளியே சென்று அங்கு இருந்த செந்திலிடம், "சார், கண்ணை திறந்துவிட்டார், இப்போது நீங்கள் பார்க்கலாம்" என்று சொன்னார், கதவை திறந்து செந்தில் உள்ளே வந்தான்.

வாசுவை இந்த நிலையில் பார்த்தவுடன் செந்திலின் கண்கள் கலங்கினது. இருபது வருடங்களாக வாசுவிற்காக கார் ஓட்டி இருக்கிறான்.

வாசுவிற்கு உறவென யாரும் இல்லை. அவனுக்கு என இருந்த உறவுகளை ஒரு விபத்தில் தொலைத்துவிட்டான்.

தனிமையில் வாழும் வாசுவிற்கு என்றும் துணையாய் இருந்தது செந்தில் தான், செந்திலை வாசு எப்போதும் தன் குடும்பத்தில் ஒருவன் போல் தான் நடத்துவான்.

அப்படிப்பட்ட வாசுவை இந்த நிலைமையில் பார்த்தவுடன் செந்திலின் மனம் கனமாகிவிட்டது. வாசுவை கட்டியணைத்து அழுதான்.

"சரி ஆகிவிடும் சார், கவலை படாதீங்க" என்று அழுது கொண்டே சொன்னான்.

வாசுவும் தலையை ஆட்டினான். பின்னர் வாசு செந்திலிடம் கேட்ட முதல் கேள்வியே,

"கிருஷ்ணா, கோர்ட்டுக்கு சென்றாரா?, ரகு வெளியே வந்துட்டானா?" என்று தான்.

அவனது இந்த கேள்விற்கான பதிலை சொன்னால் வாசுவின் மனம் இன்னும் வேதனை அடையும் ஆனால் உண்மை அவனுக்கு தெரிந்துதானே ஆகவேண்டும் என்பதால், மனதை கல் ஆக்கிக்கொண்டு

"இல்லை சார், அவரை நேற்று இரவு, அவர் ஆபிஸ்லே கொலை செய்திருக்கிறார்கள், ஆனால் விபத்துப்போல் சித்தரிக்கப்பட்டது" என்று சொன்னான்.

இதை கேட்டவுடன் வாசுவிற்கு பெரிய அதிர்ச்சியும், சோகமும் ஏற்பட்டது. "என்ன சொல்லுற செந்தில் எப்படி?" என்று கேட்டான்.

செந்தில் அவனது போனை எடுத்து அந்த செய்தி தொகுப்பை காட்டினான்.

அதை பார்த்தவுடன், "ச்ச, ச்ச, என்று கத்தினான், அப்போ ரகுவின் நிலைமை?" என்று கேட்டான்.

அதற்கு அவனுக்கு தண்டனை கிடைத்த செய்தி தொகுப்பை வைத்து காட்டினான்.

"அய்யோ, போச்சே, எது நடக்க கூடாதுனு போராடுனேனோ அது நடந்து விட்டது" என்று அழுதான்.

பின்னர் அவன் மனதிற்கு இன்னும் வலி சேர்க்கும் ஒரு சம்பவத்தை சொன்னான்.

அது தான் ஸ்வாதியை கடத்தியது, அவள் வீட்டை வெடிக்க செய்து விபத்து போல சித்தரித்தது.

இதை கேள்விப்பட்டதும் வாசுவிற்கு கோபமும் அதிகரித்தது, "கண்டுபிடிசீங்களா அவளை" என்று கேட்டான்,

“நைட்டில் இருந்து இதற்கு தான் போராடுறோம் சார்" ஆனால் எந்த தகவலும் இல்லை" என்றான்.

வாசு மனம் நொந்து போனான்.

"சார் நீங்க முதலில் நல்லபடியாக சரியாகி வாங்க, நடந்ததை மாற்றமுடியாது, ரகுவை வெளியே கொண்டுவர போராடுவோம், நான் என்னால் முடிந்ததை செய்கிறேன், நீங்க இப்போ ரெஸ்ட் எடுங்க சார்" என்றான் செந்தில்.

வாசுவிற்கு பேச்சே வரவில்லை, அமைதியாக இருந்தான்.

"நன்றாக ரெஸ்ட் எடுங்க சார்" என்று சொல்லிவிட்டு செந்தில் வெளியே சென்றான்.

வாசுவிற்கு இந்த நிலைமையில் இருந்து எப்படி மீண்டு வரப்போகிறோம் என்று தெரியாமல் இருந்தான். உடலளவிலும் மனதளவிலும் அவன் தேர்ந்து வந்தால் தான் இது போன்ற ஆற்றல் வாய்ந்த எதிரிகளை சமாளிக்க முடியும்.

அதிர்ச்சிகளிலும், சோகங்களிலும் இருந்து மீள முடியாத நிலையில் இருந்த வாசுவின் மனதிற்கு அடுத்த அதிர்ச்சி தயாராக இருந்தது, அதுதான் கமிஸ்னரின் வருகை, வாசுவை பார்ப்பதற்கு கமிஸ்னர் மருத்துவமனைக்கு வந்தார்.

வந்தவுடன் வாசுவை நலம் விசாரித்தார், பின்னர், "கவலை படாதீங்க வாசு எல்லாம் சரி ஆகிவிடும். தேவையான அளவிற்கு ரெஸ்ட் எடுத்துக்கோங்க, உங்களை மெடிக்கலி அன்பிட் என்று சான்றிதழ் மருத்துவமனையில் இருந்து ரிப்போர்ட் வந்திருக்கு. 6 மாதமோ, ஒரு வருடமோ, டைம் எடுத்துக்கோங்க, மெடிக்கலி பிட் ஆனப்பிறகு வேலையில் சேர்ந்துக் கொள்ளலாம்,

"AND SORRY TO SAY THAT THE OPERATION YOU HAVE LED SECRETLY WAS A FAILURE AND IT WONT BE CONTINUED IN FUTURE" என்றார்.

வாசுவின் மனம் நொறுங்கியது.

அவன் மறுத்துப் பேச எந்த விஷயமும் இல்லை அதனால் கமிஸ்னர் சொல்வதை மௌனமாக ஒற்றுக்கொண்டான்.

கமிஸ்னர் சொல்ல வேண்டியதை சொல்லிவிட்டு கிளம்பினார்.

தன் வேலையை இழந்து தனது உடல் பலத்தை இழந்து, தன்னை நம்பி வந்த டீமை இழந்து, எடுத்துக்கொண்ட சவாலிலும் தோற்று, வாழ்வதற்கு காரணம் ஏதும் இல்லாத ஒருவன் போல் வாசு உணர்ந்தான்.

கமிஸ்னர் வெளியே வந்தவுடன் ஒரு நர்ஸ் உள்ளே வந்து வாசுவிற்கு மாத்திரைகள் கொடுத்துவிட்டு, கையில் ஒரு *injection*-யும் போட்டுவிட்டு சென்றாள்.

செந்தில் வாசுவின் அருகிலே இருந்து அவனை பார்த்துக்கொண்டான்.

வாசு தனக்கு ஏன் இப்படி ஆனது யாராக இருக்கும் என்று யோசித்து கொண்டு இருக்கும்போது அவனுக்கு ராமன் நியாபகத்திற்கு வந்தான்.

அவன் கூப்பிட்டதால் தான் வாசு சென்றான் அந்த வழியில்தான் அவனுக்கு விபத்தும் ஆனது,

"ராமன் எங்கே நான் அவனை பார்க்கனும்" என்று செந்திலிடம் கேட்டான்.

"இதோ வரச் சொல்லுகிறேன் சார்" என்று செந்தில் சொல்லிவிட்டு, ராமனுக்கு போன் செய்தான்.

அவனுக்கு நடந்த சம்பவங்களை சொல்லி உடனே ஹாஸ்பிடலுக்கு வரச் சொன்னான், ராமனும் உடனே விரைந்து ஹாஸ்பிடலுக்கு வந்தான்.

வாசுவின் அறைக்கு சென்று வாசுவை பார்த்தான், ராமன் வலது கையிலும், தலையிலும் கட்டு போட்டு இருந்தான், அதை பார்த்து வாசு,

"என்ன ஆச்சு?" என்று கேட்டான்.

"நேற்று ஒரு *lead* கிடைத்தது, குமரேசன் ஏதோ *Programs* டேட்டாபேஸை *Corrupt* பண்ணுதுனு சொல்லிட்டு இருந்தது நம்ம *Bug*-ல ரெகார்ட் ஆகி இருந்தது,

அதை நீங்க கேட்கனும்ன்னு உங்களை கூப்பிட்டேன், ஆனால் அதே நேரத்தில் யாரோ முகம் தெரியாத முகமூடி அணிந்த ஒரு கும்பல் என்னை தாக்கியது, தலையில் கட்டையால் அடித்த வலியில் மயங்கினேன்.

திரும்ப கண் விழிக்கும் போது ஹாஸ்பிடலில் இருந்தேன், உடனே எழுந்து நம் *OTE Building*-யில் நாம் ரெக்கார்டிங்ஸ் கேட்க *set* செய்த அறைக்கே சென்றேன்.

அங்கு எல்லாம் உடைக்கப்பட்டு இருந்தது. நான் ரெக்கார்ட் செய்து வைத்திருந்த வாய்ஸ் ரெக்கார்ட்டும் காணோம்" என்றான்.

இதைக் கேட்ட வாசு, "ச்ச்" என்று கட்டிலில் குத்தினான்.

"சார், நான் சொல்லுறேன்னு தப்பா எடுத்துக்காதீங்க சார், இந்த கும்பல் நம்மை விட *Powerful*-அ இருகாங்க, வேண்டாம் சார் போதும் இத்தோடு இதை முடித்துக் கொள்ளுவது நமக்கும் நல்லது" என்றான்.

வாசு எதுவும் பேசாமல் மௌனமாக இருந்தான்.

"உடம்பை பார்த்துக்கோங்க சார்" என்று சொல்லிவிட்டு ராமன் அங்கிருந்து கிளம்பினான்.

இரண்டு நாட்களுக்கு பிறகு அவனை ஹாஸ்பிடலில் இருந்து டிஸ்சார்ஜ் செய்து வீட்டிற்கு அனுப்ப திட்டமிட்டனர்.

வீட்டிற்கு கிளம்பும் போது தான் அவனுக்கு ஒரு விஷயம் நியாபகம் வந்தது, கண்டிப்பாக ஒருவர் தம்மை பார்த்துக்கொள்ள வேண்டும் என்று ஏனெனில் 6 மாதங்களுக்கு வாசுவால் எழுந்திரித்து நடக்கவோ முடியாது. செந்திலை அழைத்து உடைந்த தன்னுடைய போனை சரிசெய்து எடுத்து வரச்சொன்னான். செந்தில் அந்த நொறுங்கிய போனை எடுத்துக்கொண்டு கிளம்பினான்.

செந்தில் கிளம்பியவுடன் தனிமையில் இருந்த வாசு, அன்று இரவு நடந்த சம்பவத்தையே நினைத்துக்கொண்டு இருந்தான். எங்கு தப்பு நடந்தது, எப்படி நம்ம ஆப்ரேஷன் பற்றிய தகவல்கள் அந்த கும்பலுக்கு தெரிந்தது என்று யோசித்துக் கொண்டு இருந்தான்.

அதே நேரம் நித்திலன் வீடு....

அசோக் சரியான கோபத்தில் இருந்தான், "முட்டாளாடா அந்த சக்தி, வாசுவை கொள்வதற்கு ஈசியாக ஒரு வாய்ப்பு கிடைத்தும் கோட்டை விட்டுவிட்டான், ஹாஸ்பிடலில் போய் சேர்த்து அவன் உயிரை காப்பாற்றியிருக்கிறான். ச்ச் முட்டாள், முட்டாள்" என்று சக்தியை பற்றி நித்திலனிடம் சொல்லிக் கொண்டு இருந்தான்.

"இல்லை அசோக் டென்ஷன் ஆகாத சக்தியை நான் விசாரிக்கிறேன் கண்டிப்பாக ஏதாவது காரணம் இருக்கும் அவன் அவ்வளவு முட்டாள் இல்லை, நீ டென்ஷன் ஆகாத, நிதானமாக யோசி" என்று அவனை நிதானப் படுத்தினான்.

பின்னர் சக்திக்கு போன் செய்தான், "சக்தி உன்னை உடனே பார்க்கணும், லொகேஷன் ஷேர் பன்னுறேன் வா" என்றான்.

சக்தி "சரி வருகிறேன்" என்றான்.

நித்திலனும், அசோக்கும் சக்தியின் வருகைக்காக காத்துக்கொண்டு இருந்தனர்.

ஒரு மணி நேரத்திற்கு பிறகு, செந்தில் வாசுவின் போனை சரிசெய்து எடுத்து வந்தான்.

செந்தில் வந்ததும் "செந்தில் ஸ்வாதி பற்றி ஏதாவது தகவல் கிடைத்ததா?" என்று கேட்டான்.

"இல்லை சார், இன்னும் தேடிக்கொண்டு தான் இருக்கிறேன்" என்றான் செந்தில்.

செந்திலிடம் போனை வாங்கி முதலில் ரேணுக்காவிற்கு போன் செய்தான்.

"Hello ரேணு, Safe -அ இருக்கியா, ஏதாவது பிரட்சனை இருக்கா?" என்று கேட்டான்.

"நான் Safe -அ தான் இருக்கேன் வாசு, ஒரு செமினார்க்காக அமெரிக்கா வந்துருக்கேன் இன்னைக்கு நைட் ரிட்டன், இப்போ தான் எல்லாம்

கேள்விப்பட்டேன், *very sorry to hear this*, நான் இந்தியா வந்ததும் உன்னை பார்க்க வரேன்" என்றாள்.

"ரேணு எனக்கு ஒரு *care taker* வேணும் அரேன்ஞ் பண்ண முடியுமா?" என்று கேட்டான்.

"*Sure* வாசு, நான் பண்ணுறேன், நீ *Take care*" என்றாள்.

"*Thank you Renu*", என்று சொல்லிவிட்டு போனை வைத்தான்.

"நல்ல வேலை ரேணுவிற்கு எதுவும் ஆகவில்லை, உனக்கும் ரேணுவிற்கும் எதுவும் நடக்காதது ஒரு சின்ன *Relief*-அ இருக்கு செந்தில்" என்று செந்திலிடம் சொன்னப் பின்னர்

செந்தில், "சார் அப்போ குருமூர்த்தி?" என்று கேட்டான்.

"ஆமாம், அவனை மறந்துவிட்டேன் அவனுக்கு போன் பண்ணு" என்றான்.

செந்தில் போன் செய்தான், எடுக்கவில்லை. பிறகு அவனின் சீக்ரெட் போனில் உள்ள நம்பருக்கு போன் செய்தான்.

அந்த நம்பர் "*Switch off* " என்று வந்தது.

அப்போது தான் அவனும் ஏதோ ஆபத்தில் மாட்டியுள்ளான் என்று நினைத்தனர்.

"செந்தில் குருமூர்த்திக்கும் ஏதாவது ஆயிருக்குமோ?" என்று வாசு கேட்டான்.

"தெரியல சார், நான் மாலைக்குள் என்ன ஆச்சு என்று கண்டுபிடிக்க பார்க்கிறேன்" என்றான்.

வாசுவின் கண்களில் இருந்து கண்ணீர் வந்தது, வாழ்வில் இதுவரை அவன் அனுபவிக்காத வலியாக இது இருந்தது.

தன்னையே முழுவதும் நம்பி, தம் ஆப்ரேஷனுக்காக வேலை செய்த டீமேட்ஸ்கள் மரணம் அடைவதும், தாக்கப்படுவதும் அவனுக்கு மிகுந்த மனவலியை அளித்தது.

நித்திலன் வீடு...

அசோக், சக்தி மற்றும் நித்திலன், மூவரும் சந்தித்தனர்.

"சொல்லுங்க, எதுக்கு என்ன அவசரமாக வரச் சொன்னீங்க?" என்று சக்தி கேட்டான்.

"எனக்கு ஒரு கேள்விக்கு விடைத் தெரியனும் சக்தி" என்றான் நித்திலன்.

"என்ன கேள்வி" என்று சக்தி கேட்டான்.

"உனக்கு வாசுவை கொள்வதற்கு வாய்ப்பு கிடைத்தும் ஏன் கொள்ளவில்லை" என்று அசோக் கேட்டான்.

"எல்லாமே Plan படி தான் சென்றது. அவனும் சரியா என் ஏரியா குள்ளே விபத்தில் சிக்கினான்.

கொள்வதற்காக அருகில் சென்றேன், இடுப்பில் இருந்து துப்பாக்கியை எடுக்கப் போகும்போது போன் vibrate ஆகும் சத்தம் கேட்டது, எடுத்து பார்த்தேன், "DON'T KILL VASU, I NEED HIM" என்று chief-நம்பரில் இருந்து மெசேஜ் வந்தது.

அதனால் தான் நிறுத்தினேன்", என்று *chief* -யின் மெசேஜை காட்டினான்.

அதை பார்த்தவுடன் இருவருக்கும் ஒரு பயம் கலந்த அதிர்ச்சி ஏற்பட்டது,

"*chief*-ஆ" என்று ஆச்சரியத்துடன் கேட்டனர்.

"அது மட்டும் இல்லை *chief* -இப்போ இந்தியாவில் தான் இருக்கிறார்" என்று சக்தி சொன்னான்.

"இந்தியாவா எங்க! எப்போ வந்தார்", என்று அதிர்ச்சியுடன் கேட்டனர்.

"ஆமாம் இந்தியா தான்" என்று ஒரு போட்டோவை அவர்களிடம் காட்டினான்,

அது ஆப்ரேஷன் தேர்ட் ஐ டீமும் வாசுவும் இருக்கும் போட்டோ.

இந்த போட்டோவை பார்த்தால் புரியும் என்று மெசேஜ் உடன் இந்த போட்டோ வந்தது என்று காட்டினான்

அதை பார்த்தவுடன், "*Chief*" என்று அதிர்ச்சி அடைந்தனர்.

"நமக்கே தெரியாமல் ரகசியமாக அந்த டீமில் ஒருவராக இருந்து அந்த டீமை அழித்துள்ளார்" என்றான் சக்தி,

போட்டோவை பிடித்திருந்த அசோக்கின் கைகள் நடுங்கியது.

"குழப்பமாக இருக்கா? உங்கள் குழப்பத்தை தீக்கிறேன்" என்றான்.

January 25 2020.....

அன்னைக்கு தான் இந்த ஆப்ரேஷன் தேர்டு ஐ ஓட முதல் நாளாக இருக்கும், முன்னாள் கமிஸ்னர் நாகேந்திரன் இருந்த டைம் அது, அப்போ தான் *A.C.P* வாசுதேவன் இந்த மாதிரி ஒரு குழு இருகாங்க சிசிடிவி வைத்து எல்லாம் குற்றங்களையும் திசை திருப்புறாங்கனு ஒரு ஆப்ரேஷன் ஃபாம் பண்ணனும்னு கோரிக்கை வைத்தான்,

கமிஸ்னர் நாகேந்திரன் இதை பற்றி ஹோம் மினிஸ்டர் மற்றும் முதல்வர் கிட்ட பேசினார், முதல்வர் ஓக்கேனு சொன்ன பிறகு இந்த ஆப்ரேஷன் செட் பண்ணாங்க.

இந்த ரகசிய ஆப்ரேஷன் பற்றி ஹோம் மினிஸ்டர் நம்ம *chief*-க்கு தகவல் தெரிவித்தார்.

டர்கியில் இருந்த நம்ம *chief* அப்போவே இந்தியாவிற்கு வந்துவிட்டார்.

வாசு, ரகு மற்றும் ஸ்வாதி இவுங்க மூணு பேர்தான் முதலில் இந்த ஆப்ரேஷனில் இருந்தனர்.

Chief அவர்களோட ஒரு ஒரு நடவெடிக்கைகளையும் கவனித்து கொண்டு தான் இருந்தார்,

ஒரு கட்டத்தில் யாருக்கும் தெரியாமல் அந்த டீமில் அவரும் இணைய திட்டமிட்டுவிட்டார்.

அது நாகேந்திரன் இருந்தால் நடக்காது என்று ஒரு *Accident*-யில் நாகேந்திரன் கதையை முடித்து, நமக்கு தோதான ஒரு கமிஸ்னரை சென்னையில் பொறுப்பு ஏற்க வைத்து அவர் மூலம் இந்த டீமில் இணைந்தார்.

வாசுவின் டீம் நம்மை கொஞ்சம் நெருங்கும் முன்னே அந்த டீமின் கதையை தற்போது முடித்துவிட்டார்" என்று *Chief* -யின் இந்தியா வருகை பற்றி சக்தி சொன்னான்.

இதை கேட்ட பிறகு நித்திலன், **"Real Demon"** என்று *Chief*-யை ஆச்சரியத்தில் பாராட்டினான்.

"இது எல்லாம் உனக்கு மட்டும் எப்படி தெரியும்?" என்று அசோக் கேட்டான்.

"நான் போலீஸ் மட்டும் இல்லை, ***I'M DETECTIVE"*** என்றான் சக்தி.

"சரி, *Chief* இப்போ எங்கே இருக்கிறார்" என்று நித்திலன் கேட்டான்.

"He is a Demon, அவர் எங்கே இருப்பாருனு அவருக்கு மட்டுமே தெரியும்" என்றான்.

7.இருள்

அடுத்து தம் வாழ்வு எப்படி மாறப்போகிறது என்ற குழப்பத்தில் வாசுவின் நிமிடங்கள் நகர்ந்து கொண்டு இருந்தது.

நேரம் நகர நகர தனக்குள் ஏதோ மயக்கம் வருவதை உணர்ந்தான், "செந்தில், செந்தில்" என்று கூப்பிட்டான் ஆனால் வார்த்தைகளில் சத்தம் இல்லை, ஆஸ்ப்பிட்டல் பெட்டிலே மயங்கி இருந்தான்.

அரைமணி நேரத்திற்கு பிறகு செந்தில் உள்ளே வந்தான் வாசுவிற்கு சாப்பாடு எடுத்துக் கொண்டு. அப்போது வாசு மயங்கி கிடந்ததை கண்டு உடனே வெளியே சென்று டாக்டரை கூப்பிட்டு வந்தான். அவர் உள்ளே வந்து வாசுவை பரிசோதனை செய்து பார்த்தார், பிறகு செந்திலிடம், "கவலை வேண்டாம், அவருக்கு கொடுக்கப்பட்ட மருந்து சற்று வீரியம் அதிகமான மருந்து அதனால் தான் மயக்கம் வந்திருக்கும், இன்னும் ஒரு 10-20 நிமிடத்தில் கண் விழித்து விடுவார் கவலை வேண்டாம்" என்று சொல்லிவிட்டு கிளம்பினார்.

செந்திலும்,"சரி அவர் நன்றாக ரெஸ்ட் எடுக்கட்டும்" என்று சொல்லிவிட்டு வெளியே வந்தான். பிறகு கமிஸ்னரிடம் இருந்து போன் வந்தது, உடனே கிளம்பி கமிஸ்னர் ஆபிஸ்க்கு வரச் சொல்லி உத்தரவு வந்தது அவனும் கிளம்பி சென்றான். சில நிமிடத்திற்கு பிறகு வாசுவிற்கு நினைவு திரும்பியது, மெதுவாக கண்களை துறக்க முயற்சி செய்தான்.

அப்படி அரை மயக்கத்தில் இருக்கும் நிலையில் அவனுக்கு தன் அருகில் யாரோ இருப்பது போல் உணர்ந்தான், மெதுவாக கண்களை துறந்தான், மங்களான பார்வை தான் இருந்தது.

யாரோ கருப்பு உடையணிந்து நின்றுக்கொண்டு இருந்தது போல் இருந்தது.

அவனின் சிரிக்கும் சத்தம் மட்டுமே கேட்டது, "யாரது, யாரது" என்று வாசு கூப்பிட்டான், ஆனால் எந்த பதிலும் வரவில்லை அவன் சிரித்துக் கொண்டே கதவை நோக்கி நகர்ந்தது மட்டும் தெரிந்தது.

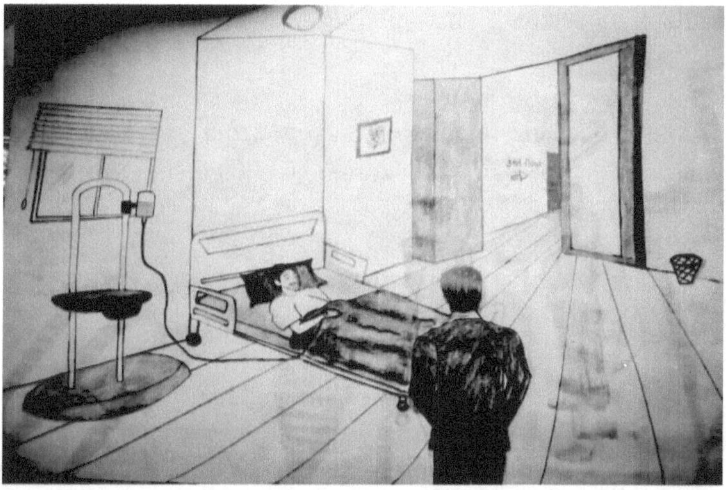

வாசு படுக்கையில் இருந்து எழுந்திரிக்க முயன்றான் ஆனால் முடியவில்லை அவனால் எழுந்திரிக்க முடியாமல் இருக்கும் இயலாமையை நினைத்து கண் கலங்கினான்.

செந்தில் வந்தவுடன் தான் கண்ட கருப்பு நிற உடை அணிந்தவனை பற்றி சொன்னான். ஹாஸ்பிட்டலின்

சிசிடிவி கேமராவை பார்த்து அவன் யார் என்ற விவரங்களை சேகரித்து வரச் சொன்னான்.

செந்திலும் சிசிடிவி கேமரா பதிவுகளை பார்த்துவிட்டு, வாசுவிடம் "இல்லை சார், நல்ல செக் பண்ணிட்டேன் யாருமே உங்கள் ரூமிற்கு வரவில்லை, நீங்க அதிகமாக உங்களை *stress* செய்து கொள்வதால் வரும் பிரம்மையாக கூட இருக்கலாம்" என்றான் செந்தில்.

"இல்லை செந்தில் எனக்கு நிச்சயம் தெரியும் யாரோ இருந்தார்கள்" என்றான் வாசு.

"பாருங்க சார், நீங்க சொல்லுற டைமில் யாருமே அங்கே இல்லை" என்று அந்த சிசிடிவி பதிவுகளை காட்டினான்.

அதை பார்த்தும் அவனால் அதை நம்ப முடியவில்லை, "இல்லை, இல்லை" என்பது போல தலையை ஆட்டினான்.

பிறகு செந்தில், "சார், உங்க கிட்ட ஒரு விஷயம் சொல்லனும்" என்று செந்தில் தயங்கினான்.

"சொல்லுங்க, என்ன ஆச்சு?" என்று கேட்டான் வாசு,

"இந்த நிலைமையில் எப்படி உங்களிடம் சொல்லுவது என்று தெரியவில்லை" என்றான்,

"பரவாயில்லை சொல்லு" என்றான் வாசு.

"கமிஸ்னர் ஆபீஸில் இருந்து அழைப்பு வந்தது, சென்றேன், கமிஸ்னர் சில விஷயங்களை சொனார், உங்களது இடத்திற்கு திருச்சியில் இருந்து புதிதாக ஒரு

A.C.P வந்திருக்காராம், இனி அவருக்கு டிரைவராக என்னை வேலை செய்ய சொல்கிறார்,

அது மட்டுமல்லாமல் இனி இந்த ஆப்ரேஷன் தொடராதாம், அதற்காக உதவிகளும் காவல் துறையில் இருந்து கிடைக்காது என்று சொல்லிவிட்டார்.

அதில் வேலை செய்த ஆபீஸர்களின் நிலைமை என்ன சார் என்று அவரிடம் கேட்டதற்கு, அந்த ஆப்ரேஷன் தோல்வியில் முடிந்துவிட்டது அதற்கான பலன்களை அவர்கள்தான் அனுபவிக்க வேண்டும்.

இனி அந்த ஆப்ரேஷனில் எந்த வேலைகளும் நடக்க கூடாது, அதற்கு காவல்துறை சார்பில் எந்த உதவிகளும் கிடைக்காது என்று சொல்லிவிட்டார் சார்" இந்த நிலைமையில் உங்களை விட்டு பிரிந்து செல்வதில் ரொம்ப கஷ்டமாக இருக்கு சார்" என்று கண்கலங்கினான்.

இதனை கேட்டப்பிறகு வாசுவின் மனம் கனமானது, ஆனால் அதனை வெளிகாட்டிக் கொள்ளவில்லை.

"பரவாயில்லை செந்தில் நீ கிளம்பு, உன் வேலைகளை பார், என்னை பார்த்துக்கொள்ள *Caretaker* வருவார்கள், உன் வாழ்க்கையை பார், உன்னையும் இழக்க நான் தயாராக இல்லை. இந்த ஆப்ரேஷன் தோல்விதான், அதற்கான பலன்களை நாங்கள் அனுபவித்து கொள்கிறோம்" என்றான் வாசு.

செந்தில் வாசுவின் கையை தன் இரு கைகளால் பிடித்து கொண்டு அழுதான். *"Sorry sir"* என்று வாசு அவனின் கண்களை துடைத்து "போடா, பார்த்து போ" என்று சொல்லி அவனை அனுப்பிவிட்டான்.

செந்திலும் வாசுவை விட்டு பிரிந்து சென்றான். டாக்டர் வந்து வாசுவை பார்த்துவிட்டு,

"இனி நீங்க இங்கு இருக்க வேண்டிய தேவை இருக்காது, உங்க வீட்டுலே கூட இருந்து ரெஸ்ட் எடுக்கலாம், ஒரு 6 மாதத்திற்கு பிசியோதெரப்பி பண்ணா நீங்க எழுந்து நடக்கலாம்" என்றார்.

வாசு "ஓக்கே சார் இன்றே டிஸ்சார்ஜ் பார்மாலிட்டீஸ்லாம் பண்ணுங்க, *and* எனக்கு ஒரு பிசியோதெரப்பிஸ்ட் மட்டும் *arrange* பண்ணி தரமுடியுமா?" என்று கேட்டான்.

"*Oh yes sir* , நான் பண்றேன்" என்றார். அன்று மாலையே டிஸ்சார்ஜ் ஆகி வீட்டிற்கு சென்றான்.

வாசு வீட்டிற்கு செல்லும் முன்னரே அங்கே ரேணுகா அனுப்பிவைத்த *caretaker* அங்கே இருந்தாள்.

வாசு ஆம்புலன்ஸில் இருந்து *Wheelchair* -யில் இறங்கினான். வாசலில் இருந்து அந்த *caretaker*அவனை *Wheelchair* -யுடன் தள்ளிச் சென்றாள்.

உள்ளே வாசுவின் *Bedroom* -க்கு அழைத்துச்சென்றாள்.

மெதுவாக வாசுவின் இரண்டு கைகளை பிடித்து அவனை எழுந்திரிக்க வைத்தாள். மெதுவாக எழுந்திரிக்க முயன்றான்.

அவளின் உதவியுடன் பெட்டில் ஏறிப் படுத்தான்.

"*Hi sir*, நான் பிரீத்தி நான் தான் ரேணு மேடம் அனுப்பிய *caretaker*" என்றாள்.

"Hello பிரீத்தி, நான் உனக்கு அதிகம் கஷ்டம் கொடுக்க மாட்டேன்" என்றான் வாசு.

"அய்யோ, நான் அப்படியெல்லாம் நினைக்க மாட்டேன் சார், உங்களுக்கு எந்த உதவி வேணும்மோ அதை எல்லாம் செய்வேன்" என்றாள் பிரீத்தி.

பின்னர், "நீங்க நல்ல ரெஸ்ட் எடுங்க சார் ஏதாவது வேண்டுமென்றால் கூப்பிடுங்கள்" என்று சொல்லிவிட்டு கிளம்பினாள்.

வாசு தலைக்கு மேலே இருக்கும் லைட்டை பார்த்துக் கொண்டே யோசித்துக் கொண்டு இருந்தான், சில நொடிகளில் சட்டென்று எல்லாம் இருட்டாக ஆனது போல இருந்தது.

கையை துளாவி போனை தேடினான். கையை வைத்து அதில் இருக்கும் பட்டனை அழுத்தினான் அப்பவும் ஒளி வரவில்லை,

"பிரீத்தி, பிரீத்தி" என்று அழைத்தான்.

அவளும் ஓடி வந்து அவனின் அருகில் நின்றாள்.

"சார் என்ன ஆச்சு?" என்று கேட்டாள், "கரண்ட் கட் ஆனால் இன்வேர்டரை போடு இனி" என்றான்,

"சரி சார் கரண்ட் போனால் போடுறேன்" என்றாள்.. "இப்போ இல்லை -ல கரண்ட் போய் போடு" என்றான். பிரீத்தி சுற்றிமுற்றி பார்த்துவிட்டு "கரண்ட் இருக்கே சார், இப்போ ஏன் போடணும்" என்று கேட்டாள்.

"அப்போ ஏன் இந்த அறை மட்டும் இருட்டா இருக்கு, நீ எங்கே இருக்க?" என்று கேட்டான்.

பிரீத்திக்கு எதுவும் புரியவில்லை, லைட்யெல்லாம் போட்டு தான் இருந்தது.

அவள் அவனின் கண்யெதிரில் நிற்பது கூட தெரியாமல் வாசு இருக்கிறான் என்ற குழப்பத்தில் பிரீத்தி இருந்தாள்.

அப்போது வாசுவிற்கு ஒரு விஷயம் புறியவந்தது.

ஏசியின் குளிர்ந்த காற்றை அவன் உணர்ந்தான், கரண்ட் போகவில்லை என்பது தெரியவந்தது.

அடுத்த சில நொடிகளில் மீண்டும் ஒளி வந்தது, அருகில் இருந்த பிரீத்தி கண்ணுக்கு தெரிந்தாள்.

"என்ன சார் ஆச்சு, ஏதாவது பிரட்சனையா?" என்று பிரீத்தி கேட்டாள், "ஒன்றுமில்லை சட்டென்று ஏதோ ப்லாக் ஆன மாதிரி இருந்தது, அதிக *stress* தான் காரணம்னு நினைக்கிறன்" என்றான்.

"டாக்டர் வேணும்னா வரவைக்கவா சார்?" என்று கேட்டாள்.

வாசு "அதெல்லாம் வேண்டாம், பிரீத்தி சரியாகிவிடும்" என்றான்.

"சரி சார், நான் சாப்பாடு எடுத்து கொண்டு வருகிறேன்" என்று சொல்லிவிட்டு கிளம்பினாள்.

பின்னர் இருவரும் சாப்பிட்ட பிறகு வாசு தூங்க ஆரம்பித்தான். மாலையில் வாசுவை பார்க்க பிசியோதெரப்பிஸ்ட் வந்தார்.

வந்தவுடன் வாசுவை பரிசோதனை செய்துவிட்டு தினமும் இருமுறை நான் சொல்லுற *Exercise* -எல்லாம்

பண்ணா சீக்கிரம் ஆய்டலாம் என்று ஒரு நம்பிக்கையை கொடுத்தார்.

அவர் கொடுக்கும் நம்பிக்கையை விட வாசுவின் மன உறுதியில் தான் அவனுக்கு குணமடையும் தன்மை அதிகரிக்கும் என்று சொன்னார்.

மறுநாளில் இருந்து அவர் சொன்ன Exercise -ஐ தினமும் இருமுறை செய்து வந்தான்.

பிரீத்தி அவனுக்கு உதவி செய்தாள்.

அன்று மீண்டும் சில நிமிடங்கள் அந்த இருளை உணர்ந்தான் இந்த முறை பிரீத்தியை கூப்பிடவில்லை.

இந்த முறை அவனுக்கு ஒரு விஷயம் புரியவந்தது, இருள் வரவில்லை சில நிமிடங்கள் தன் பார்வைத்திறன் இழக்கிறேன் என்று.

ஒரு குறைப்பாட்டில் இருந்து சரி ஆகுவதற்குள் அடுத்த ஒரு குறைப்பாடு வந்துவிட்டது. விரக்தியில் சத்தமாக கத்தலாம் போல தோன்றியது.

சில நேரங்களில் அந்த விபத்திலே தன் உயிர் பிரிந்து இருக்கலாம் என்று நினைத்த தருணங்களும் உண்டு.

தோல்வி, இழப்பு, குறைபாடு, ஆபத்துகள் என்று எல்லாம் வகையான கஷ்டங்களையும் சுமந்து வந்தான் வாசு, அவன் வாழ்வின் மிகவும் கடினமான நாட்களாக இது இருந்தது.

தன்னுடைய மரணம் கூட இந்த அளவிற்கு வலியை கொடுக்குமா? என்று தான் யோசனை செய்துக் கொண்டு இருந்தான்.

அவன் வாழ்வில் இருக்கும் இந்த இருட்டான பக்கங்கள் எப்போது மாறும் எப்போது வாசு பழைய நிலைக்கு திரும்புவான் என்று தெரியவில்லை.

வீழ்ந்தவன் எழுந்தே ஆக வேண்டும் என்பது மனவலிமை மிக்க வீரர்களின் நியதி. வாசுவும் மனவலிமை மிக்க வீரன்தான் போலீஸ் வாழ்க்கையில் பல இழப்புகளை கடந்தவன் என்பதால் இதையும் அவன் மனம் கடந்து செல்லும் என்ற மன உறுதி அவனிடம் இருந்தது.

நேரம் ஆக ஆக அவன் பார்வை இல்லாமல் இருக்கும் நேரம் அதிகரித்துக் கொண்டே போனது.

வாசு தனக்கு பழக்கப்பட்ட கண் டாக்டர் டேவிட்டிற்கு போன் செய்தான்.

"டாக்டர், காலையில் கொஞ்சம் என் வீடுவரைக்கும் வரமுடியுமா?

ஒரு *personal check -up* ", என்று கேட்டான்.

டேவிட்டும் ஒற்றுக் கொண்டு காலையில் வாசுவின் வீட்டிற்கு வந்தார். வாசு தனக்கு இருக்கும் பார்வைப் பிரட்சனை பற்றி டாக்டரிடம் சொன்னான்.

பார்வை வந்து வந்து போவது போல் இருக்கிறது என்று சொன்னான்.

டாக்டர், வாசுவின் கண்களை பரிசோதனை செய்தார், செய்துவிட்டு "நீங்க என் கூடவே நம்ம ஹாஸ்ப்பிட்டல் வரைக்கும் வரமுடியுமா? ஸ்கேன் ஒன்னு எடுத்துப் பார்க்கணும்" என்றார். வாசுவும் ஒற்றுக்கொண்டான்.

பிரீத்தி வீல்சேர் எடுத்து வந்தாள் மெதுவாக இறங்கி அதில் உட்கார்ந்தான் பிரீத்தி வாசல் வரைக்கும் தள்ளிச்சென்று டாக்டர் காரில் ஏற உதவி செய்தாள் பின்னர் அவளும் வாசுவுடனே அதே காரில் சென்றாள்.

ஹாஸ்ப்பிட்டலுக்கு சென்று ஸ்கேன் எடுக்கும் அறைக்கு சென்றனர்.

டாக்டர் சொன்ன அனைத்து ஸ்கேனும் எடுத்தனர்.

சில மணி நேரத்தில் ஸ்கேன் ரிப்போர்ட்ஸ் வந்தது அதனை டாக்டர் பார்த்தார் பார்த்தபிறகு ஒரு டார்ச் லைட்டை எடுத்து ஒரு 2 நிமிடம் கண்களில் அடித்தார்.

"அடித்து முடித்தபிறகு, இப்போது பார்வை தெரியுதா?" என்று கேட்டார்.

வாசு, "இல்லை சார், இருட்டாக இருக்கிறது" என்றான், "Relax, ஒரு 5 நிமிடம் ஆகட்டும்" என்கிறார். அதே மாதிரி 5 நிமிடத்திற்கு பிறகு வாசுவிற்கு பார்வை வந்தது.

வந்தவுடன், "என்ன ஆச்சு சார், ஏன் இப்படி?" என்று கேட்டான் வாசு.

உங்க ஸ்கேன் ரிப்போர்ட்ஸ் பார்த்தேன் வாசு, உங்களுக்கு வந்திருக்கும் கண்டிஷனுக்கு "Reccuring VISION DAMAGE" னு பெயர், இந்த கண்டிஷன் நம்ம நாட்டுக்கே புதுசு, நான் இப்போதான் நேரில் பார்க்குறேன்.

இந்த கண்டிஷன் என்னவென்றால், 2 நிமிடம் உங்கள் கண்கள் அதிக வெளிச்சத்திற்கு Exposure ஆகி இருந்தால் அடுத்த 5 நிமிடத்திற்கு பார்வைத்திறன் போய்விடும், 5 நிமிடத்திற்கு பிறகு மீண்டும் வந்துவிடும்.

அதனால் கண்களை அதிக வெளிச்சத்தில் இருந்து கவனமாக பார்த்துக்கொள்ள வேண்டும்.

போன், கம்ப்யூட்டர், டிவி, சூரிய ஒளி போன்றவை தவிர்க்கப்பட வேண்டும். இது *Curreable* தான் அதனால் கவலை வேண்டாம், கண்டிஷனின் முதற்கட்டத்திலே நாம் கன்டுபிடித்ததால் சரிசெய்து விடலாம்.

நாட்கள் கடத்தி இருந்தால் பார்வையே இழக்க நேரிட்டு இருக்கும், கவனமாக பார்த்துக் கொள்ளுங்கள். நான் எழுதி தந்திருக்கும் இந்த *Light Protection Glasses* வாங்கி மாட்டிக் கொள்ளுங்கள்.

நரம்பு சம்மந்தபட்ட விஷயம் தான் சரி செய்து விடலாம்" என்றார்.

பிரீத்தி ஹாஸ்ப்பிட்டல் ஆப்டிக்கல்ஸில் அந்த கண்ணாடியை வாங்கி வந்தாள்.

பின்னர் டாக்டரே வாசுவை அவன் வீட்டில் இறக்கிவிட்டு சென்றார்.

வீட்டிற்கு சென்றவுடன் பளிச் என்று இருந்த வீடு வெறும் கம்மியான லைட்டுகளுடன் இருள் சூழ்ந்துவிட்டது, வாசுவிற்கு கண் பிரட்சனை சரியாகும் வரை வீடு அப்படிதான் இருக்கும்.

சில விஷயங்கள், சில மனிதர்களை உடைக்கும், சில மனிதர்களை இன்னும் மனவலிமை மிக்கவராக மாற்றும், வாசுவின் வாழ்வில் இந்த நாட்கள் அவனின் மனவலிமையை சோதித்தாளும் அவன் உடையவில்லை.

இந்த நாட்கள் அவனை இன்னும் மனதளவில் பலமாகியது.

புழல் சிறை சென்னை,

ரஞ்சித்தும் முத்துசாமியும், அசோக் சிறையில் இல்லாத காரணத்தால் சிறை பறவைகள் இயக்கத்தை பார்த்து வந்தனர்.

புதிதாக இயக்கத்தில் கைதிகளை சேர்ப்பது, அவர்களை மூளை சலவை செய்வது போன்ற வேளையில் இருந்தனர்.

இயக்கத்தை ஒரு புறம் பார்த்துக் கொண்டாலும், ஒரு கண் ரகு மீதும் வைத்திருந்தனர்.

தினமும் அவனிடம் யாராவது ஒருவன் பிரட்சனை செய்து அவனை அடிப்பது போல தினமும் அவன் அடிவாங்குவது போல பார்த்துக் கொண்டனர்.

ரகு ஏதோ நகரத்தில் வாழ்வது போலவே உணர்ந்தான். ரகுவால் பழையபடி ரஞ்சித்தை நெருங்கவோ, அவனிடம் பேசவோ முடியவில்லை, நாட்கள் செல்ல செல்ல சிறை பறவைகளில் செயல்பாடு ஜெயிலில் அதிகரித்து கொண்டே இருந்தது.

அசோக் இருக்கும் போது இருந்ததை விட ரஞ்சித் இருந்தபோது இயக்கம் இரண்டு மடங்கு பெரிதாக இருந்தது. ஒரே நேரத்தில் பத்து போலீஸ் ஆபிசர்களுக்கு ஸ்கெட்ச் தயார் செய்தான், முத்துசாமியிடம் சொன்னான்.

"அண்ணே இதுவரைக்கும் தமிழ்நாடு பாக்காத ஒரு சம்பவமா இது இருக்க போகுது, ஒரே நாள் பத்து

போலீஸ்காரன் வீட்டுல விளக்கு அணைக்க போறோம்" என்றான்.

அதற்கு முத்துசாமி, "சரிடா, இதெல்லாம் அசோக் அண்ணாக்கு தெரியுமா? நீ ஏதேதோ பண்ணீட்டு இருக்க" என்று கேட்டான்.

"சந்தோஷம் தான் படுவார் அண்ணே இரண்டு மடங்கு பெருசா ஆக்கிருக்கேன் இன்னும் பலமான இயக்கமா ஆக்கிருக்கேன்" என்றான்.

ரஞ்சித் சிறையில் செய்யும் எந்த வேலையை பற்றிய தகவல்களும் அசோக்-க்கு தெரியவில்லை.

அதேபோல் ரகு இங்கு அனுபவிக்கும் வேதனைகளையும் வாசுவால் அறிந்து கொள்ள முடியவில்லை.

வாசு இந்த மாதிரி நிலைமையில் தன்னால் எதுவும் செய்ய முடியாது ஆனால் இந்த இருளை கடந்து வந்தால் கண்டிப்பாக எல்லாத்தையும் சரி செய்து விடலாம் என்று நம்பினான்.

இந்த குறைந்த ஒளியிலும் புத்தகம் படிக்க தொடங்கினான்.

தினமும் பத்தில் இருந்து பதினைந்து பக்கங்களை படித்தான். நாட்கள் ஆக ஆக பக்கங்களின் எண்ணிக்கை அதிகரித்து கொண்டே சென்றது.

அவன் படித்த புத்தகங்கள் அவனுக்கு நம்பனாக இருந்து அவனின் மனவலிமை கொஞ்ச கொஞ்சமாக மனவலிமையாக மாற்றியது.

தினமும் பிஸியோதெரப்பிஸ்ட் சொன்ன பயிற்சிகள், பின்னர் புத்தகங்கள் இதிலே அவனது நாட்கள் நகர்ந்தது, வெளிச்சத்திற்கு செல்லாமல் வீட்டில் அந்த இருளிலே நாட்கள் கழிந்தது.

பிரீத்தியும் வாசுவை நன்றாக கவனித்து வந்தாள். மனதளவிலும், உடலளவிலும் மாற்றங்களை உணர ஆரம்பித்தான்.

ஆனால் கண்பார்வை விட்டு விட்டு வருவதை மட்டும் அவனால் தவிர்க்க முடியவில்லை.

அதை அவன் பழகிக் கொள்ள சில நாட்கள் தேவைப்பட்டது. செல்போன், டிவி, கம்ப்யூட்டர் எதுவும் இல்லாத ஒரு வாழ்க்கை.

தினம் வரும் நியூஸ் பேப்பர் வைத்து தான் நாட்டில் நடக்கும் விஷயங்களை தெரிந்து கொள்ள தொடங்கினான். அதில் அவனுக்கு தேவையான செய்தி தொகுப்புகளை வெட்டி எடுத்து வைத்துக் கொண்டான்.

ஒருநாள், செந்திலை அழைத்தான். அவனின் அழைப்பை ஏற்று செந்திலும் வாசுவை பார்க்க வந்தான்.

வந்தவுடன் வாசுவை நலம் விசாரித்தான் பிறகு பேசத் தொடங்கினான். "செந்தில் நீ எனக்கு சில உதவிகள் செய்யனும், உன்னால் முடியுமா?" என்று கேட்டான்.

"சொல்லுங்க சார், முடிந்தால் கண்டிப்பாக செய்கிறேன்" என்றான்.

அவன் கையில் ஒரு பேப்பரை கொடுத்தான். கொடுத்துவிட்டு "இந்த கேஸ் ஓட பைல், அப்புறம் *Details* எனக்கு பிரிண்ட் வடிவில் வேண்டும் உன்னால் எடுத்து

தர முடியுமா?, என்னை சஸ்பெண்ட் செய்து வைத்துள்ளனர், அதனால் எனக்கு *unofficial* -ஆ *xerox* கிடைத்தால் கூட போதும்" என்றான்.

"சரி சார் நான் முயற்சி பண்ணுறேன்" என்றான் செந்தில்.

"அப்புறம் திருவான்மியூர் இன்ஸ்பெக்டர் சரவணன் கொலை வழக்கு பற்றிய விவரங்களும் வேண்டும்" என்றான் வாசு.

"ஓக்கே சார்" என்று சொல்லிவிட்டு செந்தில் கிளம்பினான்.

வாசு செந்திலிடம் பேசும்போது பிரீத்தியும் அந்த அறையில்தான் இருந்தாள். இதையெல்லாம் கேட்ட பிறகு பிரீத்தி வாசுவிடம் பேசினாள்.

"ஏன் சார், இப்போதான் கொஞ்சம் கொஞ்சமாக குணமடைந்து வரீங்க இந்த சமையத்தில் மீண்டும் இந்த கேஸ் பற்றிய இன்வெஸ்ட்டிகேஷன் தேவையா?" என்று கேட்டாள்.

"எழுந்து நடக்க முடியும் நேரம் வந்திருந்தால் நானே இந்த டீடெயில்ஸ் எல்லாம் சேகரித்திருப்பேன், விழுந்தே கிடந்தாலும் என்னால் முடிந்த பங்கை இந்த ஆப்ரேஷனுக்கு செய்து கொண்டுதான் இருப்பேன்" என்றான்.

வாசுவின் குணம் பிரீத்திக்கு மிகவும் ஆச்சரியத்தை கொடுத்தது.

ஆனால் இந்த ஆப்ரேஷனில் ஏன் வாசு இவ்வளவு தீவிரமாக இருக்கின்றான் என்பது அவளால் கண்டு பிடிக்க முடியவில்லை அடுத்த ஒருவாரத்திற்குள்

செந்தில் வாசு கேட்ட அணைத்து விவரங்களையும் வாசுவின் முன் சமர்ப்பித்தான்.

வாசு ஒவ்வொரு கேஸாக படிக்கத் தொடங்கினான்.

அசோக்கும், நித்திலனும், *chief* -இங்கே தான் இருக்கிறார், ஆனால் எங்கு இருக்கிறார் ஏன் இந்தியாவிற்கு வந்தார், அவரின் நோக்கம் என்ன என்பதை யோசித்துக் கொண்டு இருந்தனர்.

"*Chief* இங்க வந்திருக்கிறார் என்றால் கண்டிப்பாக நம்மை பார்க்க *Meeting* வைப்பார் அப்போ பார்த்து கொள்ளலாம்" என்று நித்திலன் அசோக்கிடம் சொன்னான்.

மறுநாள் சிறைப்பறவைகள் இயக்கத்தில் புறா ஒருவன் ஒரு பேப்பரை எடுத்து வந்து நித்திலனிடம் சேர்த்தான்.

நித்திலன் அதனை பிரித்துப் பார்த்தான், அதில் பத்து போலீஸ்காரர்களை ஒரே நேரத்தில் கொள்ளும் ஸ்கெட்ச் இருந்தது. அதை பார்த்தவுடன் நித்திலன்,

"என்ன மச்சான், இது நீ போட்ட ப்ளானா?" என்று கேட்டான்.

"இல்லையே மச்சான்" என்று அந்த ஸ்கெட்ச்சை பார்த்தான் பார்த்தவுடனே அது ரஞ்சித்தான் வரைந்திருக்கிறான் என்பதை அசோக் உணர்ந்தான்.

"மச்சான் இது எல்லாம் ரஞ்சித்தின் வேலை நீ கவலைப்படாதே நான் பார்த்துக் கொள்கிறேன்" என்றான்.

"நீ ஜெயிலில் இருந்து வந்துருக்கவே வேண்டாம் மச்சான், நானே இந்த வாசு மேட்டரை பார்த்திருப்பேன் நீ புறா மட்டும் அனுப்பி இருந்தால் போதும்" என்றான் நித்திலன்.

"நடந்ததை பேசி எந்த பலனும் இல்லை மச்சான், நான் நாளைக்கு உள்ளே போறேன் ரகசிய வழியாகவே, அங்கு போய் என்ன நிலைமை என்று பார்க்க வேண்டும்" என்றான் அசோக்.

"சரி போ, இந்த வாசு மற்றும் இங்கு இருக்கும் நிலைமைகளை நான் பார்த்துக் கொள்கிறேன்" என்றான் நித்திலன்.

இருவரும் பேசிக் கொண்டு இருக்கும்போதே இருவரின் செல்லில் இருந்து மெசேஜ் வரும் சத்தம் கேட்டது, இருவரும் தங்களது போனை எடுத்து பார்த்தனர்.

"Lets Meet @2.P.M , Details will be provided" என்று *Chief* -யின் நம்பரில் இருந்து மெசேஜ் வந்திருந்தது.

அதை பார்த்ததில் இருந்து என்னவாக இருக்கும் என்று இருவரும் யோசிக்க தொடங்கினர். மறுநாள் காலையில் இருவருக்கும் மீட்டிங்கின் இடமும் நேரமும் மெசேஜின் மூலம் தெரிவிக்கப்பட்டது.

இருவரும் கிளம்பி அந்த இடத்திற்கு சென்றனர். அந்த இடம் காட்டுக்கு நடுவில் இருந்தது.

யாருக்கும் அப்படி ஒரு இடம் இருப்பது தெரியாது அந்த காட்டுக்குள்ளே ஒரு குகை போல சென்றது அதற்குள் இருவரும் நடந்தனர். அது ஒரு சுரங்கத்தை நோக்கி சென்றது.

அந்த பாதையிலே நடந்தனர். பாதை முடியும்போது ஒரு பெரிய கோட்டை போல ஒரு இடம் இருந்தது.

"இந்த இடத்திலா *Chief* இருக்கிறார்?" என்று அசோக் நித்திலனை கேட்டான்.

"நானும் உன்னைமாதிரி தான் கொடுக்கப்பட்ட வழிக்காட்டுதலை பின்பற்றி சென்று கொண்டு இருக்கிறேன்" என்றான்.

"நீ ஏன் இப்போ தூய தமிழ்-லாம் ட்ரை பண்ணுற?" என்று கேட்டான்,

"இந்த இடத்தைப் பாத்தியா ரொம்ப பழமையான இடம்போல இருக்கு அது பார்த்ததும் எனக்கு தோனுச்சு" என்று சொல்லிக் கொண்டே கதவை திறந்தான்.

அந்த கோட்டையின் உட்புறம் மிகவும் நவீன முறையில் இருந்தது, பார்க்கவே மிகவும் அட்வான்ஸ் ஆக இருந்தது.

அறையின் இரு புறத்திலும் மனிதர்கள் போல ஹோலோகிராம்கள் பேசிக் கொண்டு இருந்தனர்

. சுற்றி சூப்பர் கம்ப்யூட்டர்ஸ் என்று மிகவும் பிரம்மாண்டமான செட் அப் ஆக இருந்தது.

காட்டுக்குள்ளே இருந்தாலும் மிகவும் அதிவேகமான நெட்வொர்க் கிடைத்தது.

வேகமான இன்டர்நெட் வசதி, அறை முழுவதும் ஏசி என்று அட்டகாசமாக இருந்தது.

இருவரும் அறையின் நடுவில் சென்றவுடன், ஒளி கண்களை கூசும் அளவிற்கு மேலே இருந்து ஒரு ஹோலோகிராம் வந்தது. அது *Chief* -யின் விர்ச்சுவல் ஹோலோகிராம்

Chief பேசத் தொடங்கினான்.

"*Hi* அசோக், *Hi* நித்தி, நான் இன்னைக்கு ரொம்ப சந்தோஷமாக இருக்கிறேன்,

நம்ம டர்க்கில மட்டும் பண்ணிட்டு இருந்த *projects* இனி இன்னும் *13* நாடுகளுக்கு பண்ணப்போறோம் அதுல ஒன்னு நம்ம இந்தியா இங்க கடந்த ஐந்து வருஷத்துல சென்னையில் நம்ம பண்ண சம்பவங்களை பார்த்து நமக்கு நாடு முழுவதும் *clients* கிடைச்சுருக்காங்க, இந்த பிரமாண்டமான லேபிள் தான் நம்ம இந்தியாவில் பண்ண போகும் அணைத்து சம்பவங்களும் நடக்கப் போகிறது. இனி நடக்கப் போகும் சம்பவங்களுக்கு உங்களுக்கு டபுள் பேமெண்ட்" என்று சந்தோசமாக சிரித்துக் கொண்டே சொன்னான்.

அவன் சிரிப்பில் ஒரு தீவினை தெரிந்தது. காட்டேரியின் சிரிப்பு போல இருந்தது.

அவன் சொல்லி முடித்தவுடன் அந்த ஒளி மறைந்தது. அவன் சொல்வதை கேட்டு அதிர்ச்சியில் அசோக்கும் நித்திலனும் உறைந்து நின்றனர்.

என்ன நடக்கிறது என்பதே தெரியாதது போல இருந்தனர். சந்தோஷத்தில் இருவரும் ஒருவரை ஒருவர் கட்டிப்பிடித்துக் கொண்டனர், அந்த லேபை சுற்றிப் பார்க்கவே அவர்களுக்கு ஒரு நாள் ஆனது. டெக்னாலஜியின் சொர்கம் என்றே சொல்லலாம் அந்த அளவில் வடிவமைக்கப்பட்டு இருந்தது.

8. கோபம்

பத்து வருடங்களுக்கு முன் 2011

காஷ்மீரில் ஆர்மி மேஜராக அசோக் பணியாற்றிக் கொண்டு இருந்த நேரம் , அசோக் கொஞ்சம் கோபக்காரன் ஆனால் தான் செய்யும் வேலை மீதும், நாட்டின்மீதும் அதிகப் பற்றுக் கொண்டவன். தனக்கு கீழ் வேலை செய்யும் ஆர்மி ஆஃபீஸ்ர்களுக்கும் ஒரு சிறந்த எடுத்துக்காட்டாக திகழ்ந்தவன்.

ஒரு நாள் ஆர்மி கர்னல் சுபாஷுக்கு ஒரு தகவல் கிடைக்கிறது, இந்தியாவில் இருக்கும் அபுஜ்மார் வனப்பகுதியில் தீயசக்திகள் நடமாட்டம் அதிகமாக காணப்படுகிறது என்று இதனை உடனே கண்காணித்து அவற்றை அகற்ற வேண்டும் என்ற உத்தரவு மேலிடத்தில் இருந்து வந்தது.

இதனை செய்து முடிப்பதற்க்கு மேஜர் அசோக் தலைமையில் ஒரு குழுவை அமைக்கின்றனர். வனப்பகுதியில் இருப்பது நக்ஸலேட்டுகளா? தீவிரவாதிகளா? எந்த அமைப்பு என்று எதுவும் தெரியாது ஆனால் ஆபத்து நிறைந்ததாக இருக்கும் என்று தெரிவிக்கப்பட்டது.

எதையும் பொருட்படுத்தாமல் தன் நாட்டு பற்றை மட்டுமே நினைத்து இந்த மிஷனை அசோக் ஒத்துக்கொண்டான் தகவல் கிடைத்த அன்று இரவே அசோக்கின் டீம் கிளம்பியது. இந்த மிஷனிற்கு போதுமான ஆயுதங்களும் அளிக்கப்பட்டது. ஆர்மி

சாப்பரில் ஏறி இரவில் கிளம்பி பகலில் வனப்பகுதியை அடைந்தனர்.

அங்கே கூடாரங்கள் அமைத்து தங்கினர், டீமின் இருந்து நான்கு பேயரை நான்கு திசைக்கு ரோந்து போக அனுப்பினான.

அவர்கள் எங்கு இருக்கிறார்கள் என்ன திட்டமிடுகிறார்கள் என்று கண்டுபிடிக்க அனுப்பினான். நான்கு பேரும் கையில் துப்பாக்கியை ஏந்தி சென்றனர் அவர்கள் சென்றவுடன் மற்ற ஆயுதங்களை தயார் நிலையில் வைக்க உத்தரவிட்டான். அந்த நான்கு பேரை தவிர மிச்சம் இருக்கும் ஆறு பேரும் இரண்டு இரண்டு பேராக பிரிந்து தங்களது ஆயுதங்களை எடுத்துக்கொண்டு காட்டுக்குள்ளே ஒளிந்து ஒளிந்து சென்றனர். சந்தேகப்படும்படி யாரை பார்த்தாலும் சுட்டுப்பிடிக்க உத்தரவிட்டான்.

ஒவ்வொரு அரை கிலோமீட்டரில் இருக்கும் மரங்களிலும் 2 பேர் ஒளிந்து அந்த தீயசக்திகளின் வருகைக்காக காத்து கொண்டு இருந்தனர், அசோக் கொஞ்ச கொஞ்சமாக நகர்ந்து அவர்களை நெருங்க ஆரம்பித்தான். ஒரு கட்டத்தில் அவர்கள் பேசுவதை அவனால் கேட்க முடிந்தது, அவர்கள் பேசுவதை வைத்து அவர்கள் ஒரு தீவிரவாத இயக்கம் என்று தெரியவந்தது.

“இன்னும் 3 நாட்கள்தான் நம் நினைத்தது போலவே குஜராத் மாநிலத்தில் திட்டமிட்டபடி தாக்குதல் நடந்து ஆகவேண்டும். குஜராத்தில் இருக்கும் நம் இயக்கத்தை சேர்ந்தவன் இந்த நேரத்தில் தாக்குதலுக்கு தேவையான வெடிபொருட்களை தயார்செய்து வைத்திருப்பான்” என்று அந்த கூட்டத்தில் ஒருவன் பேசியது அசோக்கின் காதில் விழுந்தது. இன்னும் கொஞ்ச நேரம் இருந்தால் இன்னும் நிறைய விஷயங்களை தெரிந்து கொள்ளலாம் என்று நினைத்தான். அங்கே நின்று மரத்தின் பின்னால் ஒளிந்திருந்தான்.

“சிக்கந்தரிடம் பேசியாச்சு நமக்கு தேவையான ஆயுதங்களை தருவதற்கு அவன் சம்மதித்து விட்டான் இன்று இரவிற்குள் நம்மிடம் ஆயுதங்கள் இருக்கும்” என்று அந்த கூட்டத்தில் தலைவனை போல் இருப்பவன் சொன்னான்.

“சிக்கந்தரா!” எந்த சிக்கந்தரை சொல்கிறான் என்று ஒரு குழப்பத்துடன் அசோக் இருந்தான்.

“இந்த தாக்குதலுக்கு இந்தியன் ஆர்மியில் இருந்தே ஆயுதங்கள் கிடைத்திருக்கே, சூப்பர் அண்ணா நீ” என்று இன்னொருவன் சொன்னது அசோக்கின் காதுகளை எட்டியது. அப்போது தான் தெரியவந்தது அவர்கள் பேசுவது அசோக்கின் டீமில் இருக்கும் சிக்கந்தர் பற்றி

தான் பேசுகிறார்கள் என்று துரோகி என்று அவனை மனதிற்குள்ளே திட்டிக்கொண்டான் பிறகு அவன் ஒளிந்திருக்கும் இடத்திற்கு வரவைத்தான், அசோக்கிற்கு கோபம் அதிகரித்தது. *"Attack"* என்று கமெண்ட் கொடுத்தான்.

குழுவில் இருந்த அனைவரும் தீவிரவாதிகளை சுட ஆரம்பித்தனர். அசோக் மரத்திற்கு மரம் ஒளிந்து ஒளிந்து தாக்கினான். தீவிரவாதிகள் வைத்திருக்கும் ஆயுதங்களை உற்று நோக்கினான்.

எல்லாம் இந்திய ராணுவத்தின் ஆயுதங்கள், தாக்குதலுக்கு நடுவே இரண்டு புல்லட்டுகள் அசோக்கை நோக்கி வந்து அவன் ஒளிந்து நிற்கும் மரங்களில் பட்டது. யார் அதை சுட்டது என்று திரும்பி பார்க்கும்போது அசோக்கிற்கு ஒரு அதிர்ச்சி, அதை சுட்டது அவன் குழுவில் இருக்கும் சிக்கந்தர் தான். ஒளிந்து இருந்த அசோக் வேகமாக ஓடி சிக்கந்தரின் பார்வையில் இருந்து தப்பித்தான்.

ஒரு மணிநேர துப்பாக்கி சூட்டிற்கு பிறகு அனைத்து தீவிரவாதிகளையும் வீழ்த்தினர். தீவிரவாதிகள் இறந்த பிறகு அசோக் சிக்கந்தரை சுட்டு கொன்றான். சிக்கந்தர் அசோக்கை சுட நினைத்ததை யாரும் பார்க்கவில்லை ஆனால் அசோக் சிக்கந்தரை சுட்டதை டீமில் இருக்கும் மற்ற எல்லோரும் பார்த்தனர். அசோக் அவர்களிடம் எதுவும் சொல்லாமல் தீவிரவாதிகள் பயன்படுத்திய ஆயுதங்களை பறிமுதல் செய்ய உத்தரவிட்டான், பறிமுதல் செய்தவுடன் காஷ்மீர் திரும்பினர்.

வாசு கர்னலிடம் நடந்த எல்லா விஷயங்களையும் சொன்னான். சிக்கந்தர் பற்றியும் அவன் செய்த துரோகத்தை பற்றியும் சொன்னான் பிறகு அங்கு

பறிமுதல் செய்த இந்திய ராணுவத்தின் ஆயுதங்களை காட்டினான். கர்னல் எல்லாவற்றையும் கேட்டபிறகு "இருந்தாலும் நீ அவனை சுட்டு இருக்க கூடாது, என்னிடம் தான் கொண்டு வந்து நிறுத்தி இருக்க வேண்டும் விசாரணை செய்யாமல் அவனை சுட்டாது தப்பு அதற்காக தண்டனையை நீ அனுபவிக்கனும்" என்றார் கர்னல்.

"அந்த துரோகி வாழக்கூடாது, வாழ்வதற்கு தகுதியற்றவன் அதனால் தான் சுட்டேன், அது தவறு என்றாலும் அவன் இறந்த மனத்திருப்தி போதும் நான் தண்டனை அனுபவிக்க தயார்" என்று சொல்லிவிட்டு கர்னலுக்கு ஒரு சல்யூட் அடித்துவிட்டு சென்றான்.

மறுநாள் அசோக் வேலையில் இருந்து நீக்கப்பட்டான் என்ற செய்தி அவனை வந்து சேர்ந்தது. அவன் மனம் அதை ஏற்றுக்கொண்டது. அப்போது கர்னல் மீடியா முன் பேட்டி கொடுப்பதை பார்த்தான் சில நிமிடங்களில் அவர் பேசுவதை கேட்டான்.

"அபுஜ்மார் வனப்பகுதிகளில் சமூக விரோதிகளின் கூட்டத்தின் நடமாட்டத்தை கண்டறிந்தோம், மேஜர் அசோக்கின் தலைமையில் ஒரு டீம் அமைத்து அவர்கள் யார் என்ன திட்டம் என்று அறிந்து கொண்டு அவர்களை வெளியேற்ற திட்டமிட்டோம், அதன்படியே செயல்பட்டு அது ஒரு தீவிரவாத கூட்டம் என்று கண்டுபிடித்து அவர்களை மீது தாக்குதல் நடத்தினோம், அதில் அசோக்கின் முன்விரோதத்தினாலும், கோபத்தினாலும் சிக்கந்தர் பலியாகிவிட்டார், அசோகின் வேலையும் பறிக்கப்பட்டுவிட்டது" என்று பேட்டி கொடுத்துக்கொண்டு இருந்தார், அதன் பிறகு தீவிரவாதிகளிடம் கைப்பற்றி அவர்களது ஆயுதங்கள் என்று சில துப்பாக்கிகளையும், வெடிகுண்டுகளையும்

காட்டினார், அதை பார்த்தவுடன் அசோக்கிற்கு மிகவும் அதிர்ச்சியாக இருந்தது. அதில் எதுவுமே அன்று அசோக் பறிமுதல் செய்த ஆயுதங்கள் இல்லை.

அப்போதுதான் அசோக்கின் மனதில் ஒரு விஷயம் நியாபகம் வந்தது. ஆர்மி கேம்பில் இருந்து ஒரு குண்டூசி வெளிய போகனும் என்றாலும் அதற்கு கர்னலின் அனுமதி இருக்க வேண்டும். துரோகம் செய்த சிக்கந்தரையும் காப்பாற்ற நினைக்கிறார் என்றால் கண்டிப்பாக இதற்கும் அவருக்கும் சம்மந்தம் இருக்க வேண்டும் என்று உணர்ந்தான். அசோக்கின் கோபம் உச்சியை எட்டியது. பேட்டி முடிந்தவுடன் கர்னல் தன் அறைக்கு சென்றார், அவரைப் பின்தொடர்ந்தே அசோக்கும் சென்றான் அவர் உள்ளே நுழைந்தவுடன் இவனும் உள்ளே சென்றான். உள்ளே சென்றவுடன் கதவுகளை தாழிட்டான், அசோக்கை பார்த்து கர்னல், "ஹே என்ன பண்ற இங்க" என்று கேட்டார், அசோக்கின் கண்கள் கோபத்தில் சிவந்து இருந்தது.

"துரோகி நாயே!" என்று கத்தினான். கர்னல் அடுத்த வார்த்தை பேசுவதற்குள, அவன் உடம்பிற்குள், சரசரவென தோட்டாக்கள் இறங்கியது. துப்பாக்கி சுடும் சத்தம் கேட்டவுடன் அங்கு அருகில் கேம்பில் இருந்து அனைத்து ராணுவ வீரர்களும் அவரின் அறையை சுற்றி துப்பாக்கியுடன் நின்றனர், அசோக் கதவை திறந்தான், துப்பாக்கியில் குறி வைத்தது போல பத்து வீரர்கள் நின்றுக் கொண்டு இருந்தனர். அசோக் தன் கையில் வைத்திருந்த துப்பாக்கியை கீழே போட்டுவிட்டு கைகளை தூக்கியபடியே நின்றான்.

அவன் கர்னலை சுட்டுக்கொன்ற விஷயம் மேஜர் ஜெனெரலுக்கும் தெரியப்பட்டது. மேஜர் ஜெனரல் விரைந்து குற்றம் நடந்த இடத்திற்கு வந்தார். மேஜர்

அசோக்கிற்கு கொலைகளுக்கான விசாரணை நடந்தது, அசோக் வனப்பகுதியில் நடந்த விஷயங்களையும் கர்னல் செய்த துரோகத்தையும் விசாரணையில் சொன்னான், ஆனால் கால அவகாசம் கொடுத்தும் அவனால் கர்னலும், சிக்கந்தரும் ராணுவ ஆயுதங்களை தீவிரவாதிகளிடம் விற்ற கதையையும், சிக்கந்தர் தாக்குதலில் தன்னை சுட்டு கொல்ல முயற்சித்ததையும் நிருபிக்க முடியவில்லை.

எந்த ஒரு ஆதாரமும் இல்லை, அதனால் மேஜர் அசோக், ஆர்மியில் இருந்து *blacklist* செய்யப்பட்டு, அவரின் வேலையும் பறிக்கப்பட்டு ஏழு ஆண்டுகள் சிறை தண்டனையும் வழங்கியது. அவனால் உண்மையை நிருபிக்க முடியவில்லை துரோகிகளை தியாகிகள் போல் சித்தரித்தது நாட்டு மக்களுக்கு இந்திய அரசு, சிறையில் இருந்த அசோக்கை பார்க்க அவன் வீட்டில் இருந்து யாருமே வரவில்லை ஏழு வருடங்கள்ராணுவ நரகவேதனை அனுபவித்தது அவன் மனம், ஆனால் அங்கு இருக்கும் பெரிய பெரிய குற்றங்கள் செய்த கைதிகளின் நட்பு அவனுக்கு கிடைத்தது

சிறிய ரௌடியில் இருந்து பெரிய தாதாவின் பழக்கம் எல்லாம் கிடைத்தது. ஏழு வருடங்களுக்கு பிறகு சிறையில் இருந்து வெளியே வந்தான். அன்று அவனை அழைத்து செல்ல யாரும் வரவில்லை நித்திலன் தான் வந்தான்.

நித்திலன், அசோக்கை பார்த்தவுடனே கண்கலங்கி விட்டான், கட்டுமஸ்தான உடம்பு, கம்பிரமான முகம் மற்றும் தோற்றத்தில் அந்த ராணுவ உடையில் சிங்கம் போல் இருக்கும் மனிதன். இன்று தாடியால் பாதி மூடிய முகத்துடன். தொப்பையும் தொந்தியுமாக, தொளதொளவென ஒரு உடையணிந்து முகத்தில்

சுருக்கங்களும் இருப்பதை பார்த்தவுடன் நித்திலன் மனம் உடைந்துவிட்டது.

அசோக்கை கட்டியணைத்து அழுதான், ஆனால் அசோக்கின் ஏக்கத்தை புரிந்து கொண்டான்.

"வா மச்சான் வண்டியில் ஏறு போகலாம்" என்று அழைத்தான். இருவரும் நித்திலனின் காரில் சென்றனர், நித்திலன் ஓட்டினான்.

கொஞ்ச நேர பயணத்தில், "மச்சான் மீரா ஏன்டா வரல, என் மேல கோபமா?" என்று கேட்டான். "இல்லை மச்சான், வா இப்போ மீராகிட்ட தான் போறோம்" என்றான். அசோக்கின் வீட்டை அடைந்தனர். கார் நின்ற உடனே இறங்கி அசோக் உள்ளே ஓடினான். "மீரா, மீரா" என்று அவளை கூப்பிட்டு கொண்டே ஒவ்வொரு அறையாக தேடினான். அவனின் பெட்ரூமில் மீரா படுத்திருப்பதை கண்டான்.

அவளின் அருகில் சென்றான் தூங்கிக்கொண்டு இருப்பதுபோல இருந்தது. அவள் அருகில் மண்டியிட்டு அமர்ந்தான். அவளது கைகளை பிடித்துக்கொண்டு மீரா, மீரா என்று கூப்பிட்டான்,அழுகை அவளின் தொண்டையை அடைத்தது.

அவன் பலமுறை கூப்பிட்டும் அவள் கண் திறக்கவில்லை. கண்ணீருடன் திரும்பி அவன் நண்பன் நித்திலனை பார்த்தான், அவள் கண் திறக்கமாட்டாள் என்பது போல தலையை ஆட்டினான். பின்னர் அசோக்கை அழைத்து கொண்டு பக்கத்து ரூமிற்கு சென்றான்.

“ஏழு வருடங்களுக்கு முன், உனக்கு எதிராக தீர்ப்பு வந்ததும், மக்கள் உன்னை துரோகியாக நினைத்தனர் இந்த நாடும், பத்திரிக்கைகளும் அதே தான் பிரதிபலித்தது. உன் வீட்டின்மேல் கற்கள் வீசத்தொடங்கினர். முதல் கல் கண்ணாடியை உடைத்த பிறகு, அதைப்பார்க்க வெளியே சென்று இருக்கிறாள், அப்போது பொதுமக்கள் வீசிய இரண்டு பெரிய கற்கள் அவளின் தலையில் பட்டு அங்கே மயங்கி கிடந்தாள்.

அதன் விளைவாக அவள் கோமா ஸ்டேஜ்க்கு சென்றுவிட்டாள்”. என்று கண்ணீருடன் நித்திலன் அசோக்கிடம் கூறினான்.

இதைக்கேட்ட பிறகு அசோக்கின் மனம் நொறுங்கியது, வெட்டித்து அழுதான். இவ்வுலகில் அவனுக்கென்று இருந்த ஒரே உறவு மீரா மட்டும்தான், நித்திலன் அசோக்கை சமாதானம் செய்ய முயற்சித்தான், .அடுத்து அடுத்த நாட்களும் அசோக்கிற்கு வேதனையுடனே நகர்ந்தது. மீராவின் அருகே அமர்ந்தே அவனின் நாட்களை கழித்தான்.

அமைதியான சூழலில் அவளின் மூச்சுவிடும் சத்தமே அவனுக்கு இசையாக இருந்தது. வாழ்வே ஒரே இடத்தில் நின்று விட்டது போல் உணர்ந்தான். அது அவளின் காலடியில் ஆனால் அவன் மனதில் மீரா “என்றாவது ஒருநாள் கண்விழித்து விடமாட்டாலா? என்ற ஏக்கம் இருந்துக்கொண்டே இருந்தது.

ஆனால் அவனது ஏக்கம் ரொம்ப நாட்களுக்கு நிலைக்கவில்லை அவனை ஏமாற்றும் வகையில் அன்று இரவு அந்த இசை சத்தம் நின்றது. அசோக் உடைந்து போனான், அவன் மனதால் அதை ஏற்றுக்கொள்ள முடியவில்லை. நித்திலனுக்கு போன் செய்து அவள்

இறந்த செய்தியை கூறி அழுதான் நித்திலம் அன்றே கிளம்பி அசோக்கின் வீட்டிற்கு சென்றான்.

அவளுக்கு இறுதி சடங்குகள் செய்யப்பட்டது. இதற்கு மேலும் அழுவதற்கு அசோக்கின் கண்களில் நீர் இருக்குமா என்று தெரியவில்லை." இனி இங்கு இருக்காத மச்சான் என்னுடன் வந்துவிடு என்று அவனை ஊட்டிக்கு நித்திலன் அழைத்து சென்றான். நாட்கள் செல்ல செல்ல அசோக்கின் மனதில் வலி மரத்துப் போக ஆரம்பித்தது. கோபம் இந்த நாட்டின் மீதும் நாட்டு மக்கள் மீதும் அதிகரித்தது.

எந்த அளவிற்கு இந்த தேசத்தின் மீது பற்றுதலுடன் இருந்தானோ அதைவிட இரு மடங்கு கோபம் கொண்டவனாக மாறினான், மீராவின் சம்பவத்திற்கு பிறகு மக்கள்மீது வெறுப்பு அதிகரித்தது. அவனின் இந்த பெருங்கோபத்திற்கு தீனிபோட்டுக்கொள்ள முடிவு எடுத்தான்.

வாசுவின் உடம்பில் நல்ல முன்னேற்றம் ஏற்பட்டது. கொஞ்சம் கொஞ்சமா எழுந்து நடக்கும் அளவிற்கு குணமடைந்தான்.

வாக்கிங் ஸ்டிக் வைத்து நடக்க ஆரம்பித்தான். பகல் நேரம் முழுவதும் கேஸ் பற்றிய பையில்களை படிப்பது அதில் முக்கிய புள்ளிகளை குறித்து வைப்பது போன்ற வேலைகளை செய்வான், இரவில் நேரில் யாரை எல்லாம் விசாரணை செய்ய முடியுமோ, செய்வான் நிறைய முடி, தாடி வளர்த்து. கருப்பு கண்ணாடி அணிந்து ஆளே வித்தியாசமானவன் போல இருந்தான் இரவில் கொலை நடந்த கிருஷ்ணாவின் ஆபீஸ், ஸ்வாதியின் வீடு, தாக்கப்பட்ட *OTE* பில்டிங் ஆகிய இடங்களுக்கு சென்று ஏதாவது தடயங்கள் கிடைக்கிறதா? என்று

ஆராய்ச்சி செய்ய தொடங்கினான். வீட்டிற்கு பின்னால் இருக்கும் காலியான கிரௌண்டில் தினமும் நடைபயிற்சி செய்து வந்தான். ஒருநாள் அப்படி கேஸை பற்றி சிந்தித்து கொண்டே நடக்கும் போது அவனுக்கு ஒரு கேள்வி எழுந்தது

“நான் விபத்தில் சிக்கும் முன் என்னை ஒரு தோட்டா தாக்கியது அந்த தோட்டா பற்றிய தகவல்கள் கிடைத்தால் அதை வைத்து ஏதாவது கண்டுபிடிக்கலாம்” என்று நினைத்தான், மறுநாள் இரவே கிளம்பி ஹாஸ்பிடலுக்கு சென்றான்.

அங்கு இருந்த வெளிச்சம் வாசுவின் கண்களைமீண்டும் பார்வை இழந்து வரவைத்தது. ரிஸ்ப்ஷனை அணுகி டாக்டரை பார்க்க அப்பாயிண்ட்மெண்ட் வாங்கினான். இடுப்பில் பாதுகாப்பிற்காக எப்போதும் ஒரு துப்பாக்கியை மறைத்து வைத்திருந்தான்.

டாக்டரை சந்தித்தான். அவரிடம் தன்னை தாக்கிய தோட்டா எங்கே? போலீசிடம் ஒப்படைத்தீர்களா? என்று கேட்டான். “தோட்டவா? என்ன தோட்டா?” என்று டாக்டர் எதுவும் தெரியாதது போல் பேசினார்.

“உண்மையை சொல்லுங்க டாக்டர் தோட்டா எங்கே ?” என்று கேட்டான்.

“ஹலோ எந்த தோட்டா கேட்கிறீங்க. என் டைம் வேஸ்ட் செய்யாதீர்கள்” என்றார்.

“என் உடம்பில் இருந்த தோட்டா” எனக்கு வேணும் என்று வாசு சத்தமாக கேட்டான்.

“சத்தம் போடாதிங்க உங்க உடம்புல எந்த தோட்டாவும் எடுக்கவில்லை” என்று சொன்னார். வாசு

பொறுமையை இழந்தான் கோபம் அதிகரித்தது. கோபத்தில் இடுப்பில் இருக்கும் துப்பாக்கியை எடுத்து டாக்டரின் நெற்றியில் வைத்து “எனக்கு இழப்பதற்கு எதுவும் இல்லை, வேலை, நண்பர்கள், குடும்பம் என எதுவும் இல்லை, அதனால் பொய் பேசும் உன்னை சுடுவதற்கு சற்றும் யோசிக்க மாட்டேன்” என்றான்.

துப்பாக்கியை பார்த்தவுடன் டாக்டருக்கு பட படவென வியர்க்க தொடங்கியது. “சார், சார், வேண்டாம், வேண்டாம் உண்மையை சொல்கிறேன்” என்றார்.” ஹாம் சொல்லு” என்றான் வாசு.

“தோட்டா இருந்தது உண்மைதான் சார், அதை நான் ரிபோர்டிலும் எழுதி இருந்தேன், ஆனால் ரிப்போர்ட்டை பார்த்த இன்ஸ்பெக்டர் சக்தி சார்தான் அதை மறைக்க சொன்னார், அந்த தோட்டாவையும் வாங்கிக் கொண்டார்.

நானும் காசிற்கு ஆசைப்பட்டு ரிப்போர்ட்டில் இருந்து அதை மறைத்துவிட்டேன்” என்றான். இதை கேட்டவுடன் வாசு அந்த டாக்டரின் கன்னத்தில் பளார் என்று ஒரு அறை விட்டான்

அவன் சொன்ன இந்த உண்மையை போனில் வாய்ஸ் ரெகார்ட் செய்து வைத்துக்கொண்டான். பிறகு அங்கிருந்து கிளம்பி வீட்டிற்கு வந்தான்.

“சக்தி, இவன்தான் இந்த கேசின் துறுப்பு சீட்டு இவனுக்கு கண்டிப்பாக அந்த கும்பலை பற்றி ஏதாவது தெரிந்திருக்கும்” என்று நினைத்தான். காலையில் சூரிய ஒளி இருப்பதால் காலையில் வெளியே செல்வதை வாசு தவிர்த்து வந்தான், இரவில் மட்டுமே வெளியே செல்வான், டாக்டரை பார்க்க சென்ற அதே இரவு சக்தியையும் பார்க்க கிளம்பினான் ஆனால் அவன் இருக்கும் இடத்தை கண்டு பிடிக்க முடியவில்லை.

வீட்டிற்கு வந்தவுடன் அவன் எப்போதும் விசாரணைக்காக பயன்படுத்தும் அறைக்கு சென்றான்.

ஆறு மாதங்களாக பயன்படுத்தாதுனால் அந்த அறை தூசி அடைந்து இருந்தது. அந்த தூசியை சுத்தம் செய்தான். அங்கே இருக்கும் போர்டின் முன்னால் நின்றான். இந்த கேசில் ஆரம்பத்தில் இருந்து இப்போவரை என்னவெல்லாம் நடந்திருக்கிறது என்று யோசித்தான், எதனால் இந்த வீழ்ச்சி இன்னும் கேள்விகளுக்கு விடை தெரிந்தால் நம்மால் அவர்களை நெறுங்க முடியும் என்று யோசித்தான். ரொம்ப நாட்களுக்கு பிறகு மீண்டும் மார்க்கர் பென்னை கையில் எடுத்தான், இந்த முறை அவனுக்கென்று எந்த டீமும் இல்லை , அவனுக்கு அது தேவைப்படுவதாக தோணவில்லை, போன முறை அவ்வளவு ரகசியமாக செயல்பட்டும் எப்படியோ எதிரிக்கு தெரிந்துவிட்டது. காரணம் அணியை முழுவதும் வாசு நம்பியதுதான். இந்தமுறை அவன் யாரையும் நம்புவதற்கு தயாராக இல்லை.

உலகிலே மிகவும் ஆபத்தான மனிதன், தான் இழப்பதற்கு எதுவும் இல்லாதவன் தான். போர்டின் அருகில் சென்றான். கேள்விகளை எழுதினான்

"குருமூர்த்தியும், ஸ்வாதியும் எங்கே?"

"சக்தி தற்போது இருக்கும் இடம் என்ன?"

"ரகுவை எப்படி வெளியே கொண்டுவருவது ?"

"திருவான்மியூர் இன்ஸ்பெக்டர் ஏன் கொல்லப்பட்டான் ?"

"இந்த கும்பலின் திட்டம் என்னவாக இருக்கும்?"

இந்த கேள்விகள்தான் வாசுவிற்கு இருக்கும் சவால்களாக இருந்தது.

●

9. மர்ம முடிச்சுகள்

குருமூர்த்தியை பற்றி விசாரிக்க ஆரம்பித்தான். அவனது வீடு, அவனது நண்பர்கள் யார் என்று கண்டுபிடித்து அவர்களை தனிப்பட்ட முறையில் விசாரிக்க தொடங்கினான்.

ஆனால் யாருக்கும் அவன் எங்கே இருக்கிறான் என்ன செய்கிறான் என்று தெரியவில்லை. அவன் பணிபுரிந்த ஸ்டேஷனிற்கும் சென்று விசாரித்தான்,அவர்களும் குருமூர்த்தி வேலைக்கு வந்து ஆறு மாதங்களுக்கு மேல் ஆகிவிட்டது என்றனர்.

எல்லாம் வழியும் முட்டுச்சந்தாக இருந்தது இந்த கேசில், அன்று இரவே ஸ்வாதியின் வீட்டிற்கு சென்றான்.

வீட்டின் வெளியே தடைசெய்யப்பட்ட பகுதி என்று பேரிகேட்டுகள் இருந்தது. அந்த வீட்டில் விபத்து நடந்திருந்ததால் அந்த வீடு போலீஸின் கண்ட்ரோலில் இருந்தது.

யாருக்கும் அனுமதியில்லை வாசு. அந்த பிளாட்டிற்குள் நுழையும் போதே வார்டன் தடுத்து "எங்கே போறீங்க?" என்று கேட்டான், வாசு அதற்கு ஸ்வாதியின் பக்கத்து பிளாட்டில் இருக்கும் கோகுல்லின் பெயரை சொல்லிவிட்டு உள்ளே சென்றான்.

முகத்தில் மாஸ்க் மற்றும் கண்ணாடி அணிந்து தலையில் தொப்பியை போட்டுக் கொண்டு உள்ளே சென்றான். சுற்றி முற்றி பார்த்தான் யாரும் இல்லை, உடனே எந்த பேரிகேட்டை மெதுவாக நகர்த்தி வைத்து

வீட்டு உள்ளே சென்றான். அந்த பிளாட்டில் ஏதாவது தடயங்கல் இருக்கிறதா என்று தேடத்தொடங்கினான்.

டார்ச்சை லோ பீமில் வைத்து தேடினான். அங்கும் அவனுக்கு எந்த தடையமும் கிடைக்கவில்லை எப்படி யாருக்கும் தெரியாதது போல் உள்ளே சென்றானோ, அப்படியே வெளியே வந்தான். எப்படி இவர்களை கண்டுபிடிப்பது என்று யோசித்துக் கொண்டு இருந்தான்.

இந்த கேஸில் கண்டிப்பாக காவல்துறையின் உதவி இல்லாமல் கண்டுபிடிப்பது கடினம் என்று உணர்ந்தான். ஆனால் இந்த ஆப்ரேசனை தொடங்க காவல்துறை தயாராக இல்லை. வெளியே வந்தவுடன் இடியுடன் மழைப்பெய்ய தொடங்கியது.

அந்த மழையில் நினைந்தபடியே தலை தொங்கப்போட்டுக் கொண்டு நடந்தான்.

ஸ்வாதியையும் குருவையும் தேடுவதற்கு ஏன் அந்த கும்பலை தேடக்கூடாது என்று யோசிச்சான் அவர்களை நெறுங்கிவிட்டால் கண்டிப்பாக ஸ்வாதி, குருவையும் நெறுங்கிவிடலாம் என்ற சிந்தனை உதித்தது, வேகமாக அவன் கேள்விகள் எழுதி வைத்திருக்கும் போர்ட்டு முன் சென்றான். ஒவ்வொரு கேள்விகளாக படித்தான், இதில் எதை கண்டுபிடித்தால் அவர்களை நெறுங்கலாம் என்று யோசித்த போது, "திருவான்மியூர் இன்ஸ்பெக்டர் ஏன் கொள்ள பட்டான்" இதற்கான காரணம் தெரிந்தால் அவர்களை நெறுங்கலாம் என்று அவனின் உள்மனதில் தோன்றியது இங்கு இருந்து தொடங்குவதே சரி என்று நினைத்தான்.

மறுநாள் செந்தில் மூலம் திருவான்மியூர் இன்ஸ்பெக்டர் கொலை யார் விசாரிக்கிறார் என்ற விவரங்களை பெற்றுக் கொண்டான்.

அந்த ஸ்டேஷனிற்கு புதிதாக வந்திருக்கும் கோபிநாத் தான் இந்த கேஸை பார்க்கிறான் என்பது தெரியவந்தது.

அன்று இரவே கோபிநாத்தை சந்திக்க கிளம்பினான். கோபிநாத்திடம் போன் பேசி அவனை சந்திக்க இடம் கேட்டு அவனின் வீட்டிற்கு வரச் சொன்னான். அன்று இரவு கோபிநாத்தும் வாசுவின் வீட்டிற்கு வந்தான்.

"கோபி, நான் நேரடியாக விஷயத்திற்கு வரேன், சரவணனின் கொலை கேஸ் எந்த நிலையில் இருக்கிறது, ஏதாவது கண்டுபிடிக்க முடிந்ததா?" என்று வாசு கேட்டான்.

"சார், நீங்க நியூஸ் பாக்குற பழக்கம் இல்லையா? இரண்டு வட நாட்டுக்காரர்கள் தான் பண்ணிருக்காங்கனு கண்டுபிடிச்சு, இந்த கேஸை மூடியாச்சே சார்" என்றான் கோபி.

"அது எனக்கும் தெரியும் கோபி, ஆனால் நீங்க உண்மையான குற்றவாளிகளை நெறுங்க முயற்சி செய்தீர்களா?" என்று கேட்டான்.

"உண்மையான குற்றவாளியே அவர்கள்தான் சார், அது தான் ப்ரூ பண்ணியாச்சே" என்றான் கோபி.

"சரி அப்படி என்றால் கொலைக்கான காரணம் என்ன?"

"முன்விரோதம் சார், சரவணனிற்கும், கொலை செய்தவனிற்கும் முன்விரோதம் இருக்கிறது சார், இதற்கு முன்பே ஒரு ஒருச் சீட்டிங் கேஸில் அந்த

வடநாட்டுக்காரனை சிறையில் தள்ளியிருக்கிறார், அதற்கு பலிவாங்கவே அவன் தான் செய்தான் என்று அவனே ஒற்றுக் கொண்டான், இதுதான் அவனின் வாக்குமூலம்" என்று அந்த வடநாட்டுக்காரன் கொடுத்த வாக்குமூல வீடியோவை காட்டினான்.

பிறகு சரவணன் அவன் மீது போட்ட சீட்டிங் கேஸின் ஆதாரங்களையும், அதற்காக அந்த வடநாட்டுக்காரன் சிறையில் இருந்த ரெக்கார்டுகளை காட்டினான்.

"சரி நன்றி கோபி நான் பார்த்துக்கொள்கிறேன், வந்ததிற்கு நன்றி" என்றான் வாசு.

"பரவாயில்லை சார், வேறு ஏதாவது தேவைப்பட்டால் கூப்பிடுங்க சார்" என்று சொல்லிவிட்டு கிளம்பினான்.

இந்த கேஸில் கண்டிப்பாக ஏதோ தவறு இருப்பதாக வாசு உணர்ந்தான். கோபி வாசலை நெருங்கும் போது கூப்பிட்டான். "இந்த வடநாட்டு குற்றவாளிகள் எந்த சிறையில் இருக்கிறார்கள்" என்று வாசு கேட்டான்.

"புழல் சார்", என்று கோபி பதிலளித்தான்.

"நன்றி கோபி" என்றான் வாசு, கோபி தலையை ஆட்டிவிட்டு வெளியே சென்றான்.

புழல் சிறை, சென்னை,

மறுநாள் வாசு கிளம்பி புழல் சிறைக்கு சென்றான். பார்வையாளர்கள் நேரத்தில் ரகுவை சந்திக்க திட்டமிட்டான்.

"டேய் ரகு, போ உன்னை பார்க்க விசிட்டர் வந்துருக்காங்க போ" என்று தூங்கிக் கொண்டு இருந்த ரகுவை காலால் உதைத்து ஜெயிலர் சொன்னார்.

ரகு ஒரு நிமிடம் யாரது நம்மை பார்க்க வந்தது என்று யோசித்துக் கொண்டே எழுந்தான், அவனிற்கு அதிர்ச்சி அளிக்கும் வகையில் அவனுக்கு எதிரே வாசு நின்றுக் கொண்டு இருந்தான், ரகுவின் விசிட்டராக, வாசுவை பார்த்தவுடன், ரகுவின் இரத்தம் கொதித்தது.

அவனை பார்த்தவுடன் ரகு பேசிய முதல் வார்த்தை, "டேய் துரோகி, துரோகி, உன்னால தான்டா எல்லாம்" என்றான். வாசு தலை குனிந்தான், "உன் கோபம் புரிகிறது, நடந்ததை ஒருநாள் தெளிவாக சொல்கிறேன், எனக்காக நீ ஒரு பெரிய உதவி செய்ய வேண்டும்" என்று கேட்டான்.

"டேய் உனக்கு எவ்வளவு தைரியம் இருந்தால் என்ன இந்த நிலைமைக்கு ஆளாக்கிவிட்டு, என்னிடமே உதவியும் கேட்ப" என்றான், "நான் சொல்லுறத செய் உன்னை இந்த நிலையில் இருந்து மாற்ற தான் போராடுகிறேன்" என்றான் வாசு.

"போதும்டா நீ பண்ணதுலாம், என்ன நானே பார்த்துக்கொள்கிறேன்" என்றான் ரகு.

பேசிக்கொண்டே இருக்கும்போது சட்டென்று வாசுவின் பார்வைத்திறன் குறைந்து மங்கியது.

காற்றில் கைகளை தடவி அங்கிருக்கும் கம்பிகளை பிடித்தான்.

ரகு சற்று நகர்ந்து நிற்பது கூட தெரியாமல் நேராக பார்த்து பேசிக் கொண்டு இருந்தான். ரகுவிற்கு வாசுவின் நடவெடிக்கை சற்று வித்தியாசமாக தோன்றியது,

பேசிக்கொண்டிருந்த வாசுவை நிறுத்தினான், "டேய் என்ன ஆச்சு உனக்கு நான் இங்கு இருக்கிறேன்டா" என்றான் ரகு.

அதை கேட்டவுடன் மீண்டும் வாசு திரும்பி கைகளால் அவனை தேடினான். 2 நிமிடத்தில் பார்வைத்திறன் வந்தது. "Sorry Sorry ரகு", என்று பேசத் தொடங்குவதற்கு முன் ரகு நிறுத்தினான், "என்ன ஆச்சு, உனக்கு?" என்று கேட்டான்.

"அதெல்லாம் சொல்ல நேரமில்லை, இதை புடி என்று சுற்றி முற்றி பார்த்துவிட்டு யாரும் பார்க்காத நேரத்தில் ரகுவின் கையில் ஒரு பேப்பரை கொடுத்தான்.

ரகு முதலில் வாங்க தயங்கினான் பின்னர் வாங்கிவிட்டான். பின்னால் ஜெயிலரின் விசில் அடிக்கும் சத்தம் கேட்டது, சட்டென்று அந்த பேப்பரை இடுப்பில் சொருகி, சட்டையை வைத்து மறைத்தான்.

பிறகு ரகுவும், வாசுவும் அந்த இடத்தில் இருந்து கிளம்பினர். அன்று இரவு ரகு யாருமில்லாத சமையத்தில் வாசு கொடுத்த பேப்பரை பிரித்துப் பார்த்தான்.

அதில் சிறிதாக இரண்டு பேரின் புகைப்படம் இருந்தது அதற்கு கீழே

"டேய் ரகு, இந்த இரண்டு பெறும் வடநாட்டுகாரர்கள், இவர்கள் தான் சரவணனை கொலை செய்திருப்பதாக வாக்குமூலம் அளித்துள்ளனர், ஆனால் எனக்கு இதில் சந்தேகம் இருக்கிறது. இவர்களை விசாரிக்கும் வகையில் விசாரனை செய், உண்மை என்ன என்று நமக்கு தெரிந்தால் தான் நம் ஆப்ரேஷனில் அடுத்த கட்டத்திற்கு செல்ல முடியும். நாளை உனக்கு ஜெயிலின் உள்ளே

வாய்ஸ் ரெக்கார்டர் வந்துவிடும், அதில் உண்மையை பதிவு செய்"

இவ்வாறு அந்த பேப்பரில் எழுதி இருந்தது.

அதில் இருந்த இரண்டு வடநாட்டுக்காரர்களின் முகங்களையும் நன்றாக பார்த்து வைத்துக் கொண்டான். இரவோடு இரவாக தன் செல்லில் இருந்து தப்பித்து அந்த வடநாட்டுக்காரர்களின் செல்லுக்குள் புகுந்தான்.

அதற்கு உதவியாக ஜெயிலர் ரவி இருந்தான். ரகுவை சந்தித்து பேப்பரை கொடுத்தவுடன் வாசு நேராக செந்திலை சந்திக்க சென்றான். செந்திலிடம் விஷயத்தை எடுத்து சொல்லி

உதவி கேட்டான், அவன் ஏற்பாடு செய்த ஜெயிலர்தான் ரவி.

ரகுவின் கையில் வாய்ஸ் ரெக்கார்டரும் சென்று சேர்ந்தது.

ரகு யாருக்கும் தெரியாமல் அந்த இரண்டு வடநாட்டுக்காரர்களையும் அடித்து விசாரித்தான், முதலில் உண்மையை செல்லாதவர்கள் ஒரு கட்டத்தில் வலித் தாங்கமுடியாமல் உண்மையை சொல்ல ஆரம்பித்தனர்.

"நாங்க கொலை செய்யல சார், நாங்க அரெஸ்ட் ஆனது ஒரு சாதாரண *Drunk and Drive* கேஸ் சார், கமிஸ்னரும் இன்ஸ்பெக்டர் சாரும் சேர்ந்து அடித்து, எங்கள் குடும்பத்தை கொன்றுவிடுவேன் என்று மிரட்டி இந்த கேஸிற்கு ஒற்றுக்கொள்ள வைத்தனர்.

ஜெயிலுக்கு போங்க கொஞ்ச நாளில் உங்களை வெளியே எடுத்து விடுகிறேன் என்று கமிஸ்னர் சொன்னார்.

கோர்ட்டில் உங்களுக்கு தண்டனை கொடுத்தாலும் நாங்கள் பார்த்துக் கொள்கிறோம் என்று சொல்லி எங்களிடம் அவருக்கு தேவையான மாதிரி வாக்குமூலம் பெற்று கொண்டார்".

இவ்வாறு அவன் பேசிய உண்மை எல்லாம் அந்த வாய்ஸ் ரெக்கார்டரில் பதிவானது, அந்த வாய்ஸ் ரெக்கார்டரை ரவியிடம் கொடுத்து வாசுவிடம் சேர்க்க சொன்னான்.

மறுநாள் காலையில் அந்த ரெக்கார்டர் வாசுவை சென்று சேர்ந்தது. இருவரும் பேசிய உண்மையை உற்று கேட்டான்.

பிறகு யோசிக்க தொடங்கினான்.

"கமிஸ்னர் , இவர் தான் நமக்கு கிடைத்த முதல் *Clue* , இவர் ஏன் சரவணன் கொலையில் உண்மையான குற்றவாளியை மறைக்க முயற்சி செய்கிறார்.

அப்போ இவரை பின் தொடர்ந்தால் பல மர்மங்களுக்கு விடை கிடைக்கும் என்று யோசித்தான். அன்று இரவு அந்த வாய்ஸ் ரெக்கார்டரை எடுத்துக் கொண்டு தன் போனை வேண்டும்மென்றே வீட்டில் வைத்துவிட்டு, தன் காரையும் எடுக்காமல் நடந்து பஸ் ஸ்டாப் வரை சென்று வட சென்னைக்கு போகும் பஸ்ஸில் ஏறினான்.

நடுவில் இறங்கி கொஞ்ச தூரம் நடந்தான்.

ஒரு குப்பம் வந்தது அதற்குள் நுழைந்தான், அங்கு ஒரு வீட்டிற்கு சென்று "விக்கியை பார்க்கனும்" என்றான்.

அங்கு இருந்த ஒரு சின்ன பையன் "என் பின்னாலே வா" என்று அழைத்து சென்றான்.

ஹௌசிங் போர்டு மாதிரி ஒரு ஏரியாவிற்கு அழைத்து சென்றான்.

மேலே மொட்டை மாடிக்கு சென்றான், விக்கி அங்கே மாடியில் ஒரு ரூமில், புத்தகம் படித்துக் கொண்டு இருந்தான், அங்கே வாசு சென்றான்.

"விக்கி, நான் A.C.P வாசு" என்றான்.

"வாங்க சார் உக்காருங்க, என்ன சார் கருப்பு கண்ணாடி, தொப்பி, தாடினு ஆளே மாறிட்ட.. டேய் போ சாருக்கு ஒரு டீ எடுத்துட்டு வா" என்று அந்த சின்ன பையனை அனுப்பினான்.

வாசு, "காலம் மாத்திருச்சு விக்கி" என்றான்.

"சார் சார், என்ன மேட்டரு, நான் என்ன பண்ணனும்" என்று கேட்டான்.

அவன் டேபிள் மேல் இருக்கும் நேம்போர்டை கைகளால் துடைத்தான். அதில் விக்னேஷ்வர் BA,BL என்று இருந்தது.

"கேஸ் நடத்தனும் விக்கி" என்றான். "பண்ணிறலாம் சார் உனக்கு பண்ண மாட்டேனா?" என்றான் விக்கி.

"நீ நினைக்குற மாதிரி ஈஸியான கேஸ் இல்லை. புலிவாலை புடிக்கிற அளவிற்கு ஆபத்தான கேஸ்,

இதற்கு முன்னாடி என் வக்கீல் உனக்கு தெரியும்ல கிருஷ்ணன் அவர்களிடம் ஆதாரங்கள் மட்டும்தான் குடுத்தேன், அவனை கொலை செய்து ஆதாரங்களை அழிச்சுட்டாங்க. ஆனால் ரொம்ப கவனம் வேண்டும் ஆபத்து எங்க இருந்தும் வரலாம்" என்றான் வாசு.

"அய்யோ, செம சார், ரொம்ப நாளா ஒரே போர் சார், இப்போ தான் சுறுசுறுப்பா ஒரு மேட்டரு எடுத்திட்டு வந்துருக்க, பண்ணிறலாம் சார், மாஸா பண்ணலாம்".

"விளையாட்டா இருந்துறாத விக்கி, எப்பவும் உஷாரா இரு, எப்போ யாரு வேணும்னாலும் என்ன வேணும்னாலும் பண்ணலாம்" என்றான் வாசு.

"அய்யோ சார், பழைய விக்கிய மறந்துட்டியா, நீ டீடெயில்ஸ் மட்டும் சொல்லு, எவனுக்கு என்னை போடுற தைரியம் இருக்குனு பார்ப்போம்" என்றான்.

வாசு கேசில் ஆரம்பத்தில் இருந்து இப்போது சரவணன் கொலையில் நடக்கும் மர்மம் வரை சொல்லி அந்த ரெக்கார்டரை அவனிடம் கொடுத்தான்.

"கொஞ்சம் சிக்கலா தான் இருக்கு, பரவாயில்லை பண்ணிரலாம்" என்றான் விக்கி.

வாசு பாக்கெட்டில் ஒரு லட்ச ரூபாய் பணத்தை எடுத்து விக்கியிடம் கொடுத்தான், "இதை அட்வான்ஸாக வைச்சுக்க" என்று.

அதற்கு விக்கி, "அத உள்ள வை சார், கேஸ் ஜெயிச்சா வாங்கிக்கிறேன்" என்றான்.

எனக்கு எப்படியாவது ரகு வெளியே வரனும், அதற்கான ஆதாரங்களை அவர்கள் அழித்துவிட்டார்கள்,

அதை எடுக்க ஒரு கடைசி வழி உள்ளது, கிடைத்தால் தருகிறேன்" என்றான் வாசு.

"சரி சரி, நான் பாத்துக்கிறேன்" என்றான் விக்கி, வாசு அங்கிருந்து கிளம்பினான்.

வாசு, என்றோ செய்த ஒருநல்ல விஷயம் விக்கியை காளி என்னும் லோக்கல் ரௌடியிடம் இருந்து காப்பாற்றியது அதற்கு நன்றிக்கடனாக இன்று யாரும் இல்லாத நேரத்தில் வாசுவிற்கு பலமாக விக்கி நிற்கிறான், சுவாரசியம் நிறைந்த விக்கி-காளியின் சண்டையை பின்வரும் பாகங்களில் தெரிந்து கொள்ளலாம்.

ரகு அந்த வடநாட்டுக்காரர்களை அடித்தது ஜெயில் முழுவதும் தெரிந்து விட்டது, ஆனால் அதையாரும் அதிகாரிகளிடம் சொல்ல கூடாது என்பது ரஞ்சித்தின் உத்தரவு அதனால் யாரும் எதையும் அதிகாரிகளிடம் சொல்லவில்லை.

ஆனால் கைதிகள் ரகுவை வித்தியாசமாக பார்ப்பதிலே ரகுவிற்கு புரிந்தது எல்லோருக்கும் தெறிந்துவிட்டது என்று.

ஜெயிலர் சண்முகத்திடம் இருந்து ரஞ்சித்திற்கு ஒரு தகவல் வந்தது.

அதை கேட்டவுடன் ரஞ்சித் அன்று இரவே ரகுவை தனியாக சந்திக்கனும் என்று நினைத்தான். அதே போல் அன்று இரவு இருவரும் சந்தித்தனர்.

"டேய் நீ பண்ண துரோகத்திற்கு உன் முகத்திலே முழிக்க கூடாதுனு தான் இருந்தேன், ஆனால் நீ திரும்ப இங்கே வந்துட்ட உன்னை கொன்னு போடும் அளவிற்கு

கோபம் ஆனால் ஏதோ ஒன்னு என்னை தடுக்கிறது" என்று ரஞ்சித் ரகுவை பார்த்து சொன்னான்.

"நான் பண்ணது துரோகம் இல்லை, கடமை. எனக்கு சரியான நேரம் அமையவில்லை, உன்னிடம் சொல்லி புரிய வைக்க" என்று ரகு சொன்னான்.

"எதுவாக இருந்தாலும் இன்று இந்த இரவு முடிவதற்குள் பேசு", என்றான் ரஞ்சித்.

"ஏன் அப்படி சொல்லுற, ஏதோ ஒரு விஷயத்தை உள்ளே வைத்து பேசுவது மாதிரி இருக்கே" என்று ரகு சந்தேகத்துடன் கேட்டான்.

"நேற்று, ஜெயிலர் சண்முகம் வழியே எனக்கு ஒரு தகவல் வந்தது, நீ அடிச்சியே அந்த வடமாநிலத்தவர்கள், அந்த கேஸ்க்கு நாளை தீர்ப்பு, தீர்ப்பு என்னவென்றால் தூக்கு தண்டனை.

கோர்ட்டில் தண்டனை வழங்கப் போவது அவர்களுக்கு, ஆனால் தண்டனை கொடுக்கப் போவது உனக்கு. எல்லாம் பக்காவாக ப்ளான் பண்ணியாச்சு.

ஆள மாத்தி உன்னை தான் நாளை தொங்கவிட போகிறார்கள்.

அதற்கான வேலைகள் நடக்கிறது, இதை கேள்விப்பட்டவுடன் உன்னிடம் சொல்ல வேண்டாம் என்று தான் நினைத்தேன் ஆனால் பழகிய பாவத்திற்காக தான் சொன்னேன்.

உன்னுடைய கடைசி நாள் இன்று தான்" என்றான் ரஞ்சித்.

இவ்வாறு இன்பர்மேஷனை மட்டும் சொல்லிவிட்டு ரஞ்சித் கிளம்பினான்.

ரகுவிற்கு பயங்கர ஆச்சரியமாக இருந்தது.

நம்மை ஏன் போட வேண்டும் என்ன நடக்கிறது என்று புரியாமல் இருந்தான், எப்படியாவது தப்பிக்க வேண்டும் என்று சிந்தனை செய்து கொண்டே அன்று உறங்காமல் இருந்தான்.

அதிகாலை அனைத்து கைதிகளின் செல்லுக்கும் வழக்கம்போல நியூஸ் பேப்பர் சென்றது.

அதை விரித்து தலைப்பு செய்தியை பார்த்தான்.

"அப்பாவி வடநாட்டுக்காரர்களுக்காக, அவர்களுக்கு சாதகமாக வாதாட வக்கீல் விக்கி(எ) விக்னேஸ்வர் முன் வந்துள்ளார்" என்று விக்கியின் போட்டோவுடன் வந்தது.

அதைப் பார்த்தவுடன் ரகுவிற்கு ஒரு சின்ன தைரியம் மனதில் வந்தது, முகத்தில் ஒரு புது புன்னகை. அந்த செய்தி தொகுப்பிலே *Bold* - ஆக விக்கி சோன்ன வாசகமும் இருந்தது.

"அநீதியான தீர்ப்புகளுக்கு எதிராக என்றும் குரல் கொடுப்பேன்" என்று

விக்கியை பற்றி ரகுவிற்கு நன்றாக தெரியும், அவன் அவ்வளவு சீக்கிரம் எதிலும் தோற்பவன் அல்ல.

மறுநாள் கோர்ட்டில் சரவணனின் கொலை கேஸ் *hearing*-க்கு வந்தது. அந்த வடநாட்டுக்காரர்களுக்கு எதிரான மற்றும் ஆதரவான சாட்சிகள் சமர்ப்பிக்கப்பட்டது.

நீதிபதி இரண்டையும் உற்று நோக்கினார், பின்னர் இரண்டு தரப்பு வக்கீல்களும் வாதாட தொடங்கினர்.

விக்கி மிகவும் சாமர்த்தியமாக வாதாடினான். இரண்டு தரப்பு வாதங்களும் முடிந்த பின்னர் நீதிபதி தீர்ப்பை சொன்னார்.

"சரவணன் கொலையில் இன்னும் குழப்பம் நீடிப்பதால், இந்த வழக்கில் கூடுதல் விசாரனை தேவை. மற்றும் அந்த இரண்டு வடநாட்டு இளைஞர்களையும் நிபந்தனை ஜாமீன் அளிக்கிறது" என்று தீர்ப்பு கொடுத்தார்,

விக்கி கூட்டத்தில் அமர்ந்திருந்த வாசுவை பார்த்து சிறு புன்னகை செய்தான்.

கோர்ட்டுக்கு வெளியே இருவரும் சந்நதித்தனர்,

"எப்படி சார் நம்ம பெர்பார்மன்ஸ்" என்று விக்கி வாசுவிடம் கேட்டார்,

"சூப்பர் விக்கி ஆனால் இனிமேல் தான் நமக்கு வேலையே, இந்த கேஸில் ஒளிந்திருக்கும் உண்மை வெளியே வந்தால் தான் நிறைய விஷயங்களுக்கு பதில் கிடைக்கும்" என்றான் வாசு.

"பாத்துக்கலாம் சார், நான் இருக்கேன் உங்ககூட" என்று விக்கி தைரியம் கொடுத்தான்.

வாசு தன் அறைக்கு சென்றான். ஆணியில் தொங்கிக்கொண்டு இருந்த தன் காக்கிச்சட்டையை பார்த்தான்.

அதனை கையில் எடுத்து பார்த்தான். கண்களில் இருந்து கண்ணீர் துளிகள் அந்த சட்டையின் மீது விழுந்தது.

மீண்டும் அதை போட்டு விட மாட்டோமா? என்ற ஏக்கத்துடன் பார்த்தான்.

மெடிக்கலி பிட் என்று நிரூபித்துவிட்டால் அவனால் இதை மீண்டும் போட முடியும் என்று நம்பினான்.

ஸ்டிக் இல்லாமல் கொஞ்ச கொஞ்சமாக நடக்க முயன்றான், உடைந்த முதுகெழும்பு நிமிர்ந்தது.

ரகு, நீதிபதியின் தீர்ப்பை நியூஸ் பேப்பரில் படித்து தெரிந்து கொண்டான்.

அன்று ரஞ்சித்தை தேடிச் சென்றான். அவன் அருகில் சென்று, "உன்னிடம் கொஞ்ச நேரம் தனியாக பேச வேண்டும்" என்று கேட்டான்.

"சாப்பிடும் வேலையில் பார்ப்போம் இப்போ கிளம்பு" என்று ரஞ்சித் சொன்னான்.

ரகுவும் அந்த இடத்தில் இருந்து கிளம்பினான். அதேபோல இருவரும் சந்தித்தனர்.

"சொல்லு, என்ன பேசனும், எதுக்கு என்னை வரச் சொன்ன?" என்று ரஞ்சித் கேட்டான்.

"நான் ஒரு உளவுத்துறை ஆபிஸர் தான், உங்கள் இயக்கத்தில் சேர்ந்து உலவு பார்த்ததும் உண்மைதான், ஆனால் உங்களை வேவு பார்த்தது துரோகம் செய்வதற்காக இல்லை, உங்களை காப்பாற்ற" என்றான் ரகு.

"காப்பாற்றவா, எங்களுக்கு நீ பாதுகாப்பா, உளறாதடா" என்றான் ரஞ்சித்.

“நீங்கள் எதற்காக இந்த இயக்கம் உருவாக்குனீங்க?, சரியான குற்றவாளிகளை தண்டிக்காமல், எதுவும் செய்யாத அப்பாவிகளை தண்டிக்கிறார்கள் என்ற கோபம் தானே, அதே விஷயத்திற்காக ரகசியமாக ஒரு ஆப்ரேஷன் அமைத்து உண்மையான குற்றவாளிகளை கண்டுபிடிக்கும் வேளையில் தான் நான் இருந்தேன், உங்களது வலி வேதனைகளை புரிந்து கொள்ளவும், இங்கே ஏதோ தப்பாக நடக்கிறது அதை சரி செய்ய தான் இங்கே வந்தேன், நான் இன்னும் கொஞ்சம் ஜாக்கிரதையாக இருந்திருந்தால் உங்களிடம் மாட்டி இருக்க மாட்டேன்".

“அது மட்டும் இல்லை நீ உன்னுடைய கதையை என்னிடம் சொன்ன மறுநாளே உன் குடும்பத்தை கண்டுபிடித்து அவர்களுக்கு இருக்க இடம் செய்வதற்கு வேலை எல்லாம் தயார் செய்து கொடுத்துவிட்டோம், உன் பிள்ளைகள் இப்போ பள்ளிக்கூடத்திற்கு போறாங்க, உன்னையும் எந்த தப்பும் செய்யாத நிரபராதி என்று வெளியுலகத்திற்கு தெரியப்படுத்த தான் நான் இன்னும் கஷ்டப்படுகிறேன்" என்றான்.

இதை கேட்டப்பிறகு ரஞ்சித்தின் கண்களில் இருந்து கண்ணீர் வடிந்தது,

"உண்மையா, உண்மையா, என் பசங்க ஸ்கூல் போறாங்களா?" என்று பூரிப்புடன் கேட்டான்.

ரகு ஆமாம் என்பது போல தலையை ஆட்டினான்.

அப்போது வார்டன் வந்து, "டேய் ரஞ்சித் உன்னை பார்க்க விசிட்டர் வந்துருக்காங்க பா", என்றார்.

இத்தனை வருடங்களாக ரஞ்சித் கேட்க ஏங்கிய ஒரு வாசகம், "உன்னை பார்க்க விசிட்டர் வந்திருக்கிறார்" என்பது தான் அதை கேட்டப்பிறகு அவனால் சந்தோஷம் தாங்க முடியவில்லை ஆனந்தத்தில் ஓடினான், தடுக்கி கீழே விழுந்தான், எழுந்து ஆடையில் இருக்கும் மண்ணை தட்டிவிட்டு ஓடினான்

கம்பிக்கு மறுபுறத்தில் கண்ணீருடன் அவனின் மனைவியும், பிள்ளைகளும் நின்றுக் கொண்டு இருந்தனர், அவர்களை பார்த்தவுடன் ரஞ்சித் உடைந்து அழுதான் அவனின் மனைவி அவன் இரு கைகளை பிடித்தாள் ,

"அழாத ராசா, அழாத, நீ கொலைக்காரன் இல்லை, என்னை மன்னிச்சிருடா, உன்னை நான் நம்பிருக்கனும்" என்று அவள் அழுதாள்,

"அப்பா அழாதபா சீக்கிரம் வெளியே வந்துடுப்பா நம்ம எங்காவது தூரமாபோலாம்" என்று அவன் பிள்ளைகள் சொன்னார்கள்.

ரஞ்சித்திற்கு பேச்சே வரவில்லை, கண்ணீருடன் அவர்களை பார்த்துக் கொண்டே நின்றான்.

"நீ சீக்கிரம் வந்துடுவ எனக்கு நம்பிக்கை இருக்கிறது, கவலை படாத குடும்பத்தை நான் பார்த்துக் கொள்வேன்" என்று அவனின் மனைவி அவனுக்கு தைரியம் சொன்னாள்.

"இனி வார வாரம் உன்னை பார்க்க வருவேன்" என்று சொல்லிவிட்டு பிரிய மனமில்லாமல் வேறு

வழியில்லாமல் பிள்ளைகளை அழைத்துக் கொண்டு சென்றாள்.

அவன் பிள்ளைகளை பார்த்த பிறகு தன்னை வேறு ஒரு மனிதனாக உணர்ந்தான். அவன் மனம் இலகியது, சீக்கிரம் வெளியே போக வேண்டும், அதுவும் நிரபராதியாகதான் போக வேண்டும் என்று தோன்றியது.

ரகு நின்றுக் கொண்டு இருப்பதை பார்த்தான். அவன் அருகில் சென்று கட்டியணைத்து கொண்டான்.

"இனி நீ என்ன சொன்னாலும் செய்கிறேன், உனக்கு நான் செய்யும் நண்றிக் கடன் அது, இனி நான் அந்த சிறைப்பறவையில் ஒருவன் இல்லை" என்றான். ரகு ரஞ்சித்தின் தோள்களில் தட்டிக் கொடுத்தான்.

அன்று இரவு ரஞ்சித் கையில் ஒரு நியூஸ் பேப்பருடன் ரகுவை சந்திக்க வந்தான்.

"இது, நாங்க உன்னிடம் இருந்து மறைத்த நியூஸ்" என்று பேப்பரை கொடுத்துவிட்டு கிளம்பினான்.

ரகு அந்த பேப்பரை பிரித்து படிக்க தொடங்கினான்.

அதில் வாசு, ஸ்வாதி, மற்றும் வக்கீல் கிருஷ்ணனுக்கு நடந்த சம்பவங்கள் செய்தியாக இருந்தது.

அதை படித்தவுடன் வாசு ஏன் ரகுவை காப்பாற்ற ஜெயிலுக்கு வரவில்லை என்பதை புரிந்து கொண்டான்.

இப்பவும் ரகுவை வெளியே கொண்டுவர கண்டிப்பாக முயற்சி செய்து கொண்டு தான் இருக்கிறான் என்பதும் புரிய வந்தது.

நாட்கள் ஆக ஆக சிறைப்பறவைகள் இயக்கத்தில் ரஞ்சித்தின் ஈடுபாடு குறைவாகவே இருந்தது.

அதனை முத்துசாமியும் சில நாட்களாக கவனித்து வந்தான். சில சமயங்களில் ரஞ்சித்திடம் இதை பற்றி பேசினான் அதற்கு ரஞ்சித் சரியான பதில் அளிக்காமல் உதாசினைப்படுத்தி வந்தான். ரஞ்சித்தின் இந்த செயல்பாடுகள் புறா வழியாக அசோக்கிற்கு முத்துசாமி தெரியப்படுத்தினான்.

அசோக், "இனி ரஞ்சித் நமக்கு தேவையில்லை அவன் திருந்த நினைக்கிறான், இன்று இல்லையென்றாலும் என்றாவது ஒருநாள் நமக்கு தொல்லையாக தான் இருப்பான் அதனால் அவனை உள்ளே வைத்து முடித்துவிடுங்கள்" என்று அதே புறா வழியாக அசோக் செய்தி அனுப்பினான்.

அடுத்த நாளில் இருந்து ரஞ்சித்திற்கே தெரியாமல் முத்துசாமி அவனிற்கு ஸ்கெட்ச் ரெடி பண்ண ஆரம்பித்தான். இயக்கமா, பழக்கமா என்ற நிலையில் முத்துசாமி இயக்கத்தையே முதன்மையாக நினைத்தான்.

மறுநாளில் இருந்து சிறைக்குள்ளே, ரஞ்சித்தை கொலை செய்வதற்கான டீமை தயார் செய்யும் வேலையில் முத்துசாமி இறங்கினான். அன்று மாலை முத்துசாமியை ரஞ்சித் சந்தித்தான்.

"உன்கிட்ட ஒரு விஷயம் சொல்லனும் அண்ணேன்" என்றான் ரஞ்சித்.

"என்ன விஷயம்?" என்று முத்துசாமி கேட்டான்.

"நான் இந்த ஜெயிலுக்கு வந்ததுள்ள இருந்து எனக்குனு ஒரு உறவாக இருந்தது நீ மட்டும்தான் அண்ணேன், இப்போ நான் கொஞ்ச கொஞ்சமா தான் யாருனு நானே உணர்றேன், நான் இந்த இயக்கத்தில் இருந்து விலகிடலாம்னு இருக்கிறேன் அண்ணேன், இன்னும் 5 வருஷமோ 6 வருஷமோ ஆனாலும் பராவாயில்லை செய்த தப்புக்கு தண்டனை அனுபவிச்சுட்டே போறேன்", என்றான் ரஞ்சித்.

"முட்டாலா நீ, ஏன் இந்த மாதிரி பேசுற?"

"என் பிள்ளைகளை அன்னைக்கு பார்த்தேன், அதுல இருந்து யாரையும் கொலை செய்யுற இல்ல பழிவாங்குற எண்ணம் எல்லாம் செத்துப்போச்சு, நான் அப்படிப்பட்ட ஆள் இல்லை என்பதை தான் உணர்கிறேன்". "நல்லா முடிவு பண்ணிக்கோடா, இந்த முடிவு உனக்கு எந்த விளைவை வேண்டுமானாலும் கொடுக்கலாம்" என்றான் முத்துசாமி.

"யோசிச்சுட்டேன் அண்ணே, நீயும் என்கூட வந்துரு அண்ணே, உனக்கும் இதுலாம் வேண்டாம், செய்யாத தப்புக்கு உள்ளே வந்திருக்கோம் மீண்டும் மீண்டும் தப்பு பண்ணி இங்கே வாழ்க்கை முழுவதும் இருக்க வேண்டாம் அண்ணே" என்றான் ரஞ்சித்.

"இந்த இயக்கம் நம்மை நிம்மதியாக வாழவிடும் என்று நினைக்குறியா?" என்று முத்துசாமி கேட்டான்.

"இந்த இயக்கம் எல்லாம் அழிய போகிறது, அப்படியே ஏதாவது பிரட்சனை வந்தாலும் எனக்கு தான் நீ துணையாக இருக்க, அதனால் நான் தைரியமாக இருப்பேன், யாராலும் என்னை எதுவும் செய்ய முடியாது" என்றான் ரஞ்சித்.

பின்னர், "நீ நல்ல யோசித்து நாளை சொல்லு, நீ என்னுடன் இயக்கத்தை விட்டு வெளியே வந்துவிடுகிறாயா?" என்று சொல்லிவிட்டு கிளம்பினான்.

ரஞ்சித் பேசிவிட்டு சென்றவுடன் முத்துசாமியின் மனம் கனமானது. "ச்சே இவனை போய் கொல்ல நினைக்கிறோமே" என்று மனதிற்குள் நினைத்துக் கொண்டான்.

என்ன செய்வது என்ற குழப்பமும் அவன் மனதில் ஓட ஆரம்பித்தது.

ஆனால் ரஞ்சித்தை சந்திப்பதற்கு முன்னே, அவனை கொலை செய்வதற்கான ஸ்கெட்ச்சையும் திட்டங்களையும் கொலைக்காக தேர்ந்தெடுத்த கைதிகளிடம் கொடுத்துவிட்டான்.

ரஞ்சித்திற்கு அந்த வார இறுதி தான் நாள் குறித்து வைத்திருந்தனர்.

ஒரு கட்டத்தில் என்ன ஆனாலும் பரவாயில்லை ரஞ்சித்தை அஷோக் சொன்ன மாதிரி கொலை செய்து விடலாம் என்ற எண்ணத்தை மனதை கல் ஆக்கிக் கொண்டு முடிவு எடுத்தான்.

கொஞ்ச கொஞ்சமாக ரஞ்சித்தை சந்திப்பதை தவிர்த்து கொண்டே வந்தான்.

அவனின் முகத்தை பார்க்கும் போது ஒருவித குற்ற உணர்ச்சி முத்துசாமியை கொன்றுக்கொண்டு இருந்தது.

10. ஆரம்ப புள்ளி

வாசு பிட்னஸ் சான்றிதழுக்காக ரேணுகாவை பார்க்க கிளம்பினான். காரின் டிரைவர் சீட்டில் அமர்ந்தான்.

வண்டியை பின்னாடி எடுப்பதற்காக பின்னே திருப்பினான். அப்போது பின் சீட்டில் ஒரு பையில் இருப்பதை கண்டான்.

காரை நிறுத்திவிட்டு அந்த பைலை எடுத்து திறந்தான்.

"DARK MEN CASE INVESTIGATION BY Saravanan" என்று எழுதி இருந்தது.

அந்த பைலை எடுத்துக்கொண்டு உள்ளே சென்றான். தன் அறைக்கு சென்று படிக்க துவங்கினான்.

"திவ்யா என்ற 22 வயது பெண் காணாமல் போனதாக மே 3 2015 - ஆம் ஆண்டு ஒரு தம்பதியர் தங்களின் பெண்ணை காணவில்லை என்று புகார் அளித்ததன் அடிப்படையில் அந்த பெண்ணை தேட தொடங்கினோம், அவளின் நண்பர்கள் வீடு பணிபுரியும் இடம்,

வழக்கமாக செல்லும் இடம் என்று எல்லா இடங்களிலும் தேடியும் கிடைக்கவில்லை. ஒரு நாள் பக்கத்து மாவட்டமான திருவள்ளூர் காவல் நிலையத்தில் இருந்து ஒரு சிசிடிவி பதிவுகள் கிடைக்கிறது, அதில் இருக்கும் குற்றவாளியை கைது செய்ய சொல்லி அனுப்பியிருந்தனர்,

அந்த சிசிடிவி பதிவில் திவ்யாவை பார்த்தோம், அவளை ஒரு கும்பல் அடித்து கொல்வது போல் சிசிடிவியில் பதிவாகி இருந்தது மூன்று பேர் அந்த வீடியோவில் இருந்தனர், அந்த மூன்று பேரையும் கைது செய்தோம் சதீஷ், குமார், ராஜு மூவரும் நண்பர்கள். மூவரையும் அடித்து விசாரணை செய்தோம், அவர்கள் செய்யாதது போலவே பேசினர்.

ஒரு வாரம் பிறகு அழுகிய நிலையில் திவ்யாவின் சடலம் கண்டுபிடிக்கப்பட்டது, அதை வைத்து எந்த வித பரிசோதனையும் செய்ய முடியவில்லை.

அந்த மூவரின் வக்கீல் அவர்கள் சம்பவம் நடந்த அந்த நாளில், அந்த நேரத்தில் அவர்கள் வேறு இடத்தில் இருந்ததாக சாட்சிகளுடன் நிரூபித்தார். அதனால் கோர்ட் அவர்களை விடுதலை செய்து.

அந்த சிசிடிவியில் தோன்றும் முகங்கள் ஏறக்குறைய இவர்கள் முகம் போல் இருந்தாலும் கண்டிப்பா இவர்கள் இல்லை என்ற சாட்சிகள் மிகுந்த ஆதாரங்கள் இருப்பதால் அவர்களை விடுவிக்கிறது என்று தீர்ப்பளித்தது.

திவ்யா ஏன் கொலை செய்ய படவேண்டும் என்று விசாரணை செய்தேன் அப்போது திவ்யாவுடன் பணிபுரியும் அவள் நண்பன் சங்கரை விசாரித்த போது ஒரு மர்மம் வெளியே வந்தது. திவ்யா மினிஸ்டரின் மகன் ராகுலால் பாதிக்கப்பட்டு கர்ப்பம் ஆகி இருக்கிறாள்.இதை பலமுறை ராகுலுக்கு தெரிவிக்க முயற்சி செய்து இருக்கிறாள்.

ராகுல் இந்த விஷயத்தை தெரிந்துகொண்டு அவளை கொலை செய்ய ரகசியமாக மூன்று பேரை தயார்

செய்கிறான். அவர்கள் திவ்யாவை கடத்தி கொலை செய்து விடுகிறார்கள், ஆனால் அந்த மூன்று பேர் சதீஷ், குமார், ராஜு அல்ல, ஆனால் அவர்களின் முகம் எப்படி சிசிடிவி கேமராவில் பதிவாகி இருக்கிறது என்பது மர்மமாக இருந்தது. எனது சைபர் கிரைம் நண்பன் கோகுலின் உதவியுடன் அதை கண்டுபிடிக்க நினைத்தேன், அவன் எனக்கு உதவி செய்தான்.

ஹோம் மினிஸ்டரின் மகன் சம்பந்தப்பட்ட கேஸ் என்பதால் வெளியே யாரிடமும் சொல்லாமல் ரகசியமாக விசாரணை நடந்தது.

இரண்டு நாள் கழித்து அந்த வீடியோ மார்ப் செய்யப்பட்ட வீடியோ என்று தெரியவந்தது.

அந்த விடியோவை டிகோர்ட் செய்ததில் உண்மையான குற்றவாளிகளின் முகம் தெரியவந்தது அவர்களை தேடி கண்டுபிடித்தோம்.

அவர்களை விசாரித்தோம் ஆனால் ஒரு வார்த்தை கூட மினிஸ்டரின் மகனை பற்றியோ, அவனின் பெயரையோ சொல்லவில்லை, நகைகளை கொள்ளை அடிக்க முயன்றோம் அதற்க்காக தான் கொலை செய்தோம் என்று வாக்குமூலம் அளித்தனர்.

கோர்ட்டில் எல்லா ஆதாரங்களையும் சமர்பித்தேன் அந்த மூன்று பேருக்கும் சிறை தண்டனை கிடைத்ததது ஆனால் தண்டனை கிடைத்த அந்த வாரமே சிறையில் மூவரும் தற்கொலை செய்து கொண்டனர்.

எனக்கு அதை பார்க்கும் போது இரண்டு சந்தேகங்கள் எழுந்தது, “இது தற்கொலை இல்லை கொலையாக தான் இருக்கும் என்று” மற்றொன்று, “இதை எல்லாம் யாரோ

பின் நின்று நடத்துகிறார்கள்" என்று போலீஸ் இந்த திவ்யா கேஸை மூடியது, நான் தான் மூடினேன் குற்றவாளிகளுக்கு தண்டனை கிடைத்துவிட்டது, அவர்கள் தற்கொலை செய்து கொண்டனர் என்று

ஆனால் நான் தனிப்பட்ட முறையில் இன்னும் அந்த கேஸில் விசாரணை செய்து கொண்டுதான் இருந்தேன் எனது அடுத்த கட்ட கோணமாக இந்த கேஸில் இருந்தது, "ஏன் சதீஷ், குமார் மற்றும் ராஜூவை இதில் மாட்டிவிட நினைக்கின்றனர், அவர்களின் முகத்தை எப்படி பயன்படுத்தினார்கள் என்று கண்டுபிடிக்க மூவரையும் விசாரணை செய்தேன், அவர்களுக்கும் இந்த கேஸிற்கும் ஒரு சின்ன சம்மந்தம் கூட இல்லை.

கோகுல் மூவரின் போனையும் பறிமுதல் செய்து எங்கெல்லாம் தங்களது *face data*-வை பயன்படுத்தி இருக்கிறார்கள், என்பதை கண்டுபிடித்தான்,மூவரும் பொதுவாக *"REAL X "* என்ற ஒரு ரம்மி ஆப்பில் தங்களது *face data*-வை கொடுத்திருப்பதை கண்டுபிடித்தான், அதில் அவர்கள் கொடுத்திருக்கும் அதே டேட்டாவும் அந்த வீடியோவில் மார்பிங்கிக்கு பதிவு செய்ய பட்ட டேட்டாவும் ஒன்று தான் என்பது தெரிய வந்தது,

மறுநாள் அந்த *"REAL X"* கம்பெனியில் விசாரணை செய்யலாம் என்று இருந்தோம் ஆனால் அன்று இரவே அந்த கம்பெனியின் முதலாளி தற்கொலை செய்து கொண்டான்,

பிறகு அது தற்கொலை இல்லை கொலை என்பதை கண்டுபிடித்தேன் அதை செய்த குற்றவாளி ராணுவ வீரர் அசோக் என்பதை கண்டுபிடித்து அவனை கைது செய்து சிறை தண்டனை வாங்கி கொடுத்தேன்" இவ்வாறு அந்த

கேஸ் பைலில் இருந்தது இதற்கு பிறகு சரவணன் என்ன விசாரணை செய்தார் என்பது அதில் இல்லை.

இதை படித்தபிறகு வாசுவிற்கு ஒரு விஷயம் தெளிவானது

“சரவணன் அந்த கும்பலை நெருங்க முயற்சி செய்திருக்கிறான் அதை அறிந்து தான் திட்டமிட்டு சரவணனை கொலை செய்து இருக்கிறார்கள்” என்பதை புரிந்து கொள்கிறான்.

ஆனால் எப்படி இந்த ஃபைபயில் தன் காருக்கு வந்தது என்று யோசித்துக்கொண்டு இருந்தான்

அந்த நேரத்தில் வாசு வீட்டிற்கு போஸ்ட்மேன் ஒருவர் வந்தார் வாசுவிடம் ஒரு லெட்டரை கொடுத்தார், வாசு அந்த லெட்டரை வாங்கிவிட்டு போஸ்ட்மேனை அனுப்பினான்,

வாசு அந்த லெட்டரை பிரித்து படித்தான்.

“சார் நான் தான் சங்கர், திவ்யாவின் நண்பன், நான் உங்கள் கார் பின் சீட்டில் வைத்திருந்த ஃபைலை பார்த்திருப்பீர்கள் என்று நம்புகிறேன், இந்த கேஸின் ஃபைலை சரவணன் என்னிடம் ரகசிமாக கொடுத்து வைத்திருந்தார், திவ்யா கொலை கேஸின் விசாரணையில் நானும் அவருடன் தான் இருந்தேன், எப்படி எதிரிகளுக்கு நாங்கள் விசாரணை செய்தது தெரிந்தது என்றே தெரியவில்லை, மினிஸ்டர் மகனிற்கு எதிராக என்னிடம் ஆதாரங்கள் இருக்கிறது, ஆனால் இதற்கு பின்னால் இருக்கும் கும்பல் மிகவும் ஆபத்தானது, மினிஸ்டர் மகனிற்கு தண்டனை வாங்கி கொடுத்தால் கண்டிப்பாக அந்த கும்பல் என்னையும்

இந்த கேஸை மீண்டும் விசாரணை செய்பவர்களையும் கொன்று விடும், அதனால் இந்த கும்பலை கண்டுபிடிப்பது தான் சரியானதாக இருக்கும் அதன் பிறகு மினிஸ்டரின் மகனை பார்த்துக்கொள்ளலாம் என்னை நேரில் சந்திக்கும் நேரம் வரும்போது இதை போன்று லெட்டர் வரும் அதில் விவரங்கள் இருக்கும்

-இப்படிக்கு
சங்கர் "

இவ்வாறு அந்த லெட்டரில் எழுதி இருந்தது, உடனே வாசு செந்திலுக்கு போன் செய்து இந்த லெட்டரில் இருக்கும் *FROM Address*- யை அனுப்பி அதில் யார் இருக்கிறார்கள் என்ற விவரத்தை இரண்டு மணி நேரத்திற்குள் கண்டுபிடித்து சொல்ல சொன்னான்,

செந்திலும் அட்ரெஸ்ஸை கேட்டுவிட்டு அங்கே கிளம்பி சென்றான்.

ஆனால் அந்த அட்ரெஸ்சில் சங்கர் என்று யாருமே இல்லை என்பது தெரிய வந்தது.

வாசு இந்த கேஸ் ஃபையில் மற்றும் அந்த லெட்டரை, கொரியரில் அனுப்பிகிறான், அந்த கொரியர் டர்க்கி நாட்டிற்கு செல்கிறது கொரியரின் பெறுநர் பெயரில், "குருமூர்த்தி" என்று எழுதியிருந்தது.

முதல் முதலில் ஆப்ரேஷன் தேர்டு ஐ ஆரம்பிக்கும்போது,

கமிஷ்னர் நாகேந்திரனிடம் இதை பற்றி சொல்வதற்கு முன்....

வாசு இது போன்ற குற்றங்கள் நடக்கிறது என்று கண்டுபிடித்த உடனே தன் நண்பர்களான குருமூர்த்தி, ஸ்வாதி மற்றும் ராகுவை அழைத்தான்,

அவர்களிடம் எவ்வாறு இந்த சிசிடிவி குற்றங்கள் நடக்கிறது என்று தெளிவாக கூறினான்.

பின்னர், "இப்படி ஒரு விஷயம் நடக்கிறது என்றால் கண்டிப்பாக மேலிடத்தில் இருக்கும் போலீஸ் அதிகாரிகளுக்கும், அரசியல்வாதிகளுக்கும் தெரிந்திருக்கும்.

அதனால் நாம் ஒரு ஆப்ரேஷன் பார்ம் பண்ணாலும் கண்டிப்பாக மறைமுகமாக ஆபத்துகள் வரும்.

நாம் ஆப்ரேஷன் தொடங்கலாம் கமிஸ்னரிடம் முறையாக அனுமதி வாங்கி, ஆனால் நம்ம நாலுபேரும் சேர்ந்து ரகசியமாக சில எவிடன்ஸ்களை சேகரிப்போம்.

அது நம் ஆப்ரேஷனுக்காக நமக்கு கமிஸ்னர் தரும் டீமில் இருப்பவர்களுக்கு கூட தெரியக்கூடாது" என்றான் வாசு.

அதனை மற்ற மூன்று பேரும் ஒற்றுக்கொண்டனர்.

"நம்மை கண்காணிக்க வாய்ப்புகள் அதிகம் அதனால் நம்ம யாரும் நமக்குள் தொடர்பு கொள்ள ஃபோன்களை பயன்படுத்த வேண்டாம்.

லெட்டர் போட்டு கொள்ளலாம், தினமும் காலையில் போஸ்ட் ஆபிஸ் சென்று லேட்டர்களை நாமே பெற்றுக்கொள்ளலாம்" என்ற ஐடியாவையும் கொடுத்தான்.

இதன்படி தனியாக ஒரு விசாரணையும் தடயங்களை கண்டுபிடிக்கும் பணிகளும் அரசு மற்றும் யாருக்கும் தெரியாமல் நடந்து கொண்டு இருந்தது.

நான்கு பேரும் எங்கு இருக்கிறார்கள் என்பதை தெரிந்து கொள்ள நான்கு பேரும் மிகவும் சிறிதாக ஒரு ஐ.பி.எஸ் டிரக்கரை யாரும் கண்டுபிடிக்காதபடி தங்களின் ஆடைகளில் ஒரு இடத்தில் வைத்துக் கொண்டனர்.

அவர்கள் எங்கு அந்த டிரக்கர் வைத்திருக்கிறார்கள் என்று யாராலும் கண்டுபிடிக்க முடியாது.

அதை வைத்து ஒருவரை ஒருவர் எங்கு இருக்கிறார்கள் என்பதை தெரிந்து கொண்டனர்.

ஸ்வாதி எதிரி கும்பலிடம் மாட்டியபோதும் அந்த டிரக்கர் வைத்து அவளை கண்டுபிடித்து குருமூர்த்தி அவளை காப்பாற்றினான்.

அந்த நான்கு முகமூடி போட்டவர்களையும் கொலை செய்து அவர்களின் போனை கைப்பற்றினான்.

அந்த போனிற்கு ஒரு நம்பரில் இருந்து அடிக்கடி மெஸ்சேஜ் வந்துக் கொண்டு இருந்ததை பார்த்தான்.

அதில் ஸ்வாதியை எப்படி கொலை செய்ய வேண்டும், அவள் வீட்டில் இருந்து எடுத்த ஆதாரங்களை என்ன செய்ய வேண்டும் என்ற விவரங்கள் மெசேஜாக வந்தது.

பிறகு ஸ்வாதியின் உதவியுடன் இந்த நம்பர் எங்கு இருந்து இயக்கப்படுகிறது என்பதை கண்டுபிடித்தார்கள். அது டர்க்கியில் இருந்து வருகிறது என்பது தெரியவந்தது.

இந்த விவரங்களை லெட்டர் மூலம் வாசுவிற்கு தெரிவித்தனர். வாசு அதனை படித்துவிட்டு அவர்களை டர்க்கி கிளம்பி அந்த நம்பரை வைத்து இதற்கு பின்னால் யார் இருக்கிறார்கள் என்பதை கண்டுபிடிக்க சொன்னான்.

அவர்களும் டர்க்கி கிளம்பி சென்றனர்.

அந்த நம்பரை டிராக் செய்ய வேண்டும் என்றால் ஏதாவது ஃபோன்கால் அதற்கு வரவேண்டும் அது குறைந்தது 10 நிமிடங்கள் இருக்க வேண்டும் என்பதால் அதற்காக இருவரும் காத்திருத்தனர்.

ஒரு வாரம் ஆகியும் அந்த நம்பருக்கு எந்த வித போன் காலும் வரவில்லை.

பத்து நாட்களுக்கு பிறகு ஒரு போன் வந்தது. அதை டிராக் செய்ய முயற்ச்சி செய்தனர்.

ஆனால் 2 நிமிடத்திற்கு மேல் அந்த கால் நீடிக்கவில்லை.

எந்த ஒரு க்ளூவும் இல்லாமல் எப்படி அவர்களை இங்கே கண்டுபிடிக்க போகிறோம் என்று தெரியாமல் இருந்தனர்.

வாசு அனுப்பிய கொரியரும் குருமூர்த்தியிடம் வந்து சேர்ந்தது.

ஆனால் அது அவர்களுக்கு எந்த விதத்திலும் உதவவில்லை.

வாசு தனது துப்பறிவை தொடங்கினான், சரவணன் கேஸில் இருந்தே கமிஸ்னர் மீது ஒரு சந்தேகம் இருந்தது.

இவர் ஏன் கேஸை திசைத் திருப்ப பார்க்கிறார் என்று. அதனால் அவரை பின் தொடர்ந்துதான் அவருக்கே தெரியாமல் அவரது கார் மற்றும் வீட்டில் *Bug*-வைக்க திட்டமிட்டான்.

முதல் காரில் வைத்தான், காரில் போகும்போது அவர் யாரிடம் பேசினாலும் அதனை வாசுவால் கேட்க முடியும்.

ஒரு நாள் கமிஸ்னர் காரில் சென்று கொண்டு இருக்கும் போது ஒரு போன் பேசினார்.

"*Hello Chief*" என்றார். போனில் மறுமுனையில் பேசும் சத்தம் சரியாக வாசுவிற்கு கேட்கவில்லை, ஆனால் கமிஸ்னரின் குரல் நன்றாக பதிவானது.

"*Sorry*, ஏதோ சின்ன தப்பு நடந்துருச்சு, அந்த சரவணன் கேஸ் இப்படி தான் முடியனும் என்று இருந்திருக்கிறது".

"அடுத்த கேஸ் இப்படி நடக்காது பக்காவா முடிக்கிறேன்", இவ்வாறு கமிஸ்னர் பேசுவதை கேட்டான்.

அடுத்து என்ன கேஸாக இருக்கும் என்று வாசு யோசிக்க தொடங்கினான்.

மறுநாள் கிளம்பி சிம் கார்டு கம்பேனிக்கு சென்றான். கமிஸ்னரின் நம்பரை கொடுத்து கடந்த இருபத்தி நான்கு மணிநேரத்தில் இவர் யாருடன் எல்லாம் பேசியிருக்கிறார் என்ற லிஸ்ட்டை கேட்டான்.

அவர்களும் அந்த விவரங்களை கொடுத்தார்கள்.

அதை வைத்து பார்க்கும் போது நேற்று அவர் பேசிய நேரத்தில் அவருக்கு எந்தவித காலும் வரவில்லை என்று தெரிந்தது.

அப்போது ஒரு விஷயம் வாசுவின் அறிவிற்கு எட்டியது, கமிஸ்னரும் ரகசியமாக இன்னொரு போன் வைத்திருக்கிறார் என்று.

கண்டிப்பாக சைபர் கிரைமின் உதவி இல்லாமல் இந்த கேஸை கண்டுபிடிப்பது கஷ்டம் என்பதை உணர்ந்தான்.

மீண்டும் பணியில் சேருவதற்கு என்ன பண்ண வேண்டும் என்று யோசித்தான்.

தன் கண்ணில் ஒரு பிரட்சனை இருப்பதால் மீண்டும் *Physically unfit* - என்ற சான்றிதல்தான் தருவார்கள் என்று யோசித்தான், உடனே தன் கண் டாக்டரை பார்க்க கிளம்பினான்.

அவரிடம் தன் நிலைமையை சொன்னான்.

"தற்காலிகமாக இதற்கு ஏதாவது தீர்வு இருக்கிறதா? ,அந்த *Physical Examination* நாள் அன்று மட்டும் முழுவதுமாக பார்வை தெரிந்தால் போதும் அதன்பிறகு நான் சமாளித்து கொள்வேன்" என்றான்.

"இதற்கு தற்காலிகமாக ஒரு ஊசி தருகிறேன் அதைப் போட்டு கொண்டால் சில நாளுக்கு இந்த பிரட்சனை வராது ஆனால் இந்த ஊசியை தொடர்ந்து பயன்படுத்த முடியாது பயன்படுத்தினால் உயிருக்கே ஆபத்து" என்று சொல்லி ஒரு ஊசியை எடுத்து கொடுத்தார்.

அதனை *Physical Examination* - அன்று போட்டுக்க சொன்னார்.

"ரொம்ப நன்றி சார்", என்று சொல்லிவிட்டு அந்த ஊசியை வாங்கிக் கொண்டு கிளம்பினான்.

அங்கிருந்து நேராக ரேணுகாவை சந்திக்க சென்றான்.

ரேணுகாவிடம் பேசி மென்டலி ஃபிட் என்ற சான்றிதழை வாங்கினான்.

பிறகு *Physical Examination*-யிற்கு பதிவு செய்தான், அதற்கான தேதியும் கொடுத்தனர்.

ஒரு வாரம் இருந்தது. நீண்ட நாட்களுக்கு பிறகு ஜிமிற்கு சென்றான், *Physical Examination*-யிற்கு தேவையான பயிற்சிகளை எடுக்க ஆரம்பித்தான்.

உடலளவில் அதிக வலிகளை தாங்கினான், ஜிம் அவனின் மனவலிமை மற்றும் உடல்வலிமை இரண்டையும் அதிகரித்தது.

ஒவ்வொரு நாளும் ஜிம்மில் இருந்து வெளி வரும் போது தன்னை ஒரு புதிய மனிதனாக உனரத்தொடங்கினான்.

மனதில் தான் *Physical Exam* - யை நல்லபடியாக செய்து, மீண்டும் காக்கிசட்டை போட்டுவிடுவோம் என்ற நம்பிக்கை மீண்டும் வந்தது.

அவன் எதிர்பார்த்த அந்த *Physical Examination* நாள் வந்தது.

காலையில் எழுந்தவுடன் ஜிம்மில் ஒரு பயிற்சி முடித்துவிட்டு கிளம்புவதற்கு முன் அந்த ஊசியை போட்டுவிட்டு கிளம்பினான்.

ரோப் கிளைம்பிங், உயரம் தாண்டுதல், நீலம் தாண்டுதல், ஓட்டப்பந்தயம், துப்பாக்கி சுடுதல் என்று எல்லாவற்றையும் சிறப்பாக செய்தான்.

அவனுக்கு *Physically fit* - என்ற சான்றிதழை அளித்தனர்.

அதற்கான டாக்டர் சான்றிதழ்களையும் அரசு மருத்துவமனையில் பெற்றான்.

காக்கிச் சட்டையை பூரிப்புடன் பார்த்தான்.

மறுநாள் தான் *Physically* மற்றும் *Mentally Fit* என்ற சான்றிதழ்களை கமிஸ்னர் முன் சமர்பித்தான்.

அதனை பார்த்தவுடன் "சரி நீ நாளையில் இருந்து *Duty* - யில் *Join* பண்ணு" என்றார்.

மறுநாள் காலையில் அவன் முகத்தில் வளர்ந்திருக்கும் நீளமான தாடியை சவரம் செய்தான்.

மீண்டும் அந்த காக்கி சட்டையை அணிந்தான்.

அவன் தோற்றத்தில் ஒரு கம்பீரம், அடிப்பட்ட சிங்கம் மீண்டும் எழுந்து நின்று வேட்டைக்கு தயாராக நிற்கும் போது தோன்றும் ஒரு கம்பீரத்தை போல இருந்தது அவனின் தோற்றம்.

நீண்ட நாட்களுக்கு பிறகு ஒரு சைரன் வைத்த கார் வீட்டின் வெளியே நின்றது.

அதில் ஏறி ஸ்டேஷனிற்கு சென்றான். திருச்சியில் இருந்து வளந்த *A.C.P* - யிற்கு மீண்டும் திருச்சிக்கே *transfer* - கொடுத்து அவரும் கிளம்பினார்.

வாசுவை மீண்டும் காக்கி உடையில் பார்த்தவுடன் செந்திலின் கண்கள் கலங்கியது ஆனந்தத்தில், கர்வமாக வாசுவிற்கு சல்யூட் அடித்தான்.

வாசு மீண்டும் *A.C.P* ஆக சார்ஜ் எடுத்த விஷயம் நித்திலனுக்கு தெரியவந்து, கமிஸ்னருக்கு போன் செய்தான்.

" சார், என்ன சார் நடக்குது, அவன் எப்படி மறுபடியும் *A.C.P* ஆனான், நீங்களாம் இருக்கிங்கன்ற தைரியத்தில் தானே நாங்க கொஞ்சம் நிம்மதியாக இருந்தோம், எப்படி சார் ?'என்று கேட்டான்.

"நானும் என்னால முடிஞ்ச அளவிற்கு முயற்சி செய்து பார்த்தேன் ஆனால் *D.G.P* ஆர்டர் இது, சோ என்னால் மறுக்க முடியவில்லை. இந்த கேஸை அவன் நோண்டாமல் நான் பார்த்துகிறேன்" என்றான்.

"என்னவோ பண்ணுங்க, அவன் நம்ம வழியில் வராமல் இருந்தா போதும் ஏன் அவனை கொள்ளவேண்டாம் என்று *Chief* நினைக்கிறார் என்று தெரியவில்லை" என்றான்.

மறுநாள் வாசு, *D.G.P* - யை நேரடியாக சந்திக்க அப்பாயின்ட்மென்ட் வாங்கினான். அன்று மாலை அவரை சந்தித்தான்.

"நீங்க கொடுத்த கேஸ் பையில் மற்றும் ஆதாரங்களை தான் இவ்வளவு நேரமாக பார்த்துக் கொண்டு இருந்தேன்.

இதை கண்டுபிடிக்காமல் இவ்வளவு நாளாக இருந்திருக்கிறோம் என்பதை நினைத்தால் எனக்கே வேதனையாக இருக்கிறது" என்றார்.

வாசுவிற்கு அந்த கும்பலால் என்ன செய்ய முடியும் அவர்கள் எந்த அளவிற்கு ஆற்றல் வாய்ந்தவர்கள் என்பதை அறிந்து

ஆரம்பத்தில் இருந்தே அவர்கள் கண்டுபிடித்த எவிடென்ஸ்களை *Cloud Storage* -யில் பதிந்து வைத்திருந்தான்.

அவர்கள் அனைத்தையும் அழித்த போதிலும் *Cloud* -யில் இருந்த எவிடென்ஸை எதுவும் பண்ணமுடியவில்லை.

Cloud - யில் இருப்பதே வாசு குரு மற்றும் ஸ்வாதிக்கு மட்டும் தான் தெரியும்.

"சார், இது சிறையில் தவறே செய்யாமல் தண்டனை அனுபவிப்போரின் லிஸ்ட்" என்று ஒரு லிஸ்டை கொடுத்தான்.

D.G.P அந்த லிஸ்டை வாங்கி பார்த்தார்.

"சரி இதை என்னவென்று நான் பார்த்துக் கொள்கிறேன்,அந்த கும்பலை பிடிக்கும் வேலையை நீங்க பாருங்க. அது எந்த நிலையில் இருக்கிறது?" என்று கேட்டார்.

"ஒரு ஐந்து நிமிடம் சார், அந்த கும்பலின் விவரத்துடன் என்னுடைய *Secret Weapon* ஒருவர் வருகிறார்" என்றான் வாசு.

ஒரு பத்து நிமிடத்திற்கு பிறகு,

"சார் மே ஐ *come in* " என்று ஒருவன் கதவின் அருகில் இருந்தான்.

D.G.P, "Yes come in" என்றார்.

"Hi sir, I am Detective and Police Inspector Sakthi" என்று சல்யூட் அடித்தான்.

"இந்த மாதிரி ரகசிய இயக்கங்களுக்கு ரகசிய போலீஸ்கலும் தேவை சார், அதற்கு நான் தயார் செய்தது தான் இந்த சக்தி, ஆரம்ப காலத்தில் இருந்தே அந்த கும்பலில் ஒருவனாக நமக்கு துப்புகள் கிடைப்பதற்கு வேலை செய்தவன்" என்றான் வாசு.

சக்தி பேசத் தொடங்கினான்,

"DARK MEN" - இது தான் இந்த கும்பல், இவர்களுக்காக இவர்களே வைத்துக் கொண்ட பெயர். இந்தியால இந்த குரூப் இயங்குறதுக்கு காரணமே மேஜர் அசோக், நித்திலன், அரவிந்த் செல்லதுரை, ஹோம் மினிஸ்டர், இவர்கள் தான் காரணம். முதலில் இந்த டீம் என்ன பண்ணுறாங்கனு தெளிவாக சொல்லுறேன்.

கொலை, கொள்ளை போன்ற சம்பவங்களில் நேரடியாக ஈடுபட மாட்டார்கள். பெரிய பெரிய பிஸ்னெஸ்மேன், அரசியல்வாதிகள் செய்யும் குற்றங்களை மறைத்து அதன் மூலம் பணம் சம்பாதிப்பார்கள். சில கேஸில் இவர்களே இறங்கியும் செய்வார்கள்.

உதாரணத்திற்கு நான் சொல்லுவதை யோசியுங்கள்,

ஒருவனை கொலை செய்ய இவர்களுக்கு *Assignment* வரும், இவர்கள் தங்களின் ஆட்களை வைத்து கொலை செய்வார்கள், அதையும் ஏதாவது சிசிடிவி கேமெராக்களில் பதிவாவது போல் பார்த்து கொள்வார்கள்,

பின்னர் அந்த சிசிடிவி கேமராவில் இருக்கும் முகத்தை அந்த நாளில் கொலை செய்யப்பட்டவன் யாருடன் இருக்கிறானோ அவர்களின் முகத்தை கேமராவின் *Footage* - யில் பதிவாகுவது போல மாற்றிவிடுவார்கள் கேஸ் திசை மாறி விடும்,அப்பாவி பாதிக்கப்படுவான்.

இத்துடன் அவர்கள் நிறுத்துவதில்லை. அந்த அப்பாவி சிறைக்கு செல்கிறான், அங்கே ஜெயிலில் அசோக் தனது மாஸ்டர் ப்ளானை பயன்படுத்துவான்.

அந்த அப்பாவியை பேசி, மூளைச்சலவை செய்து **"சிறை பறவைகள்"** என்ற இயக்கத்தில் சேர்ப்பான்.

அங்கே அந்த அப்பாவியை காவல் துறைக்கு எதிராக தயார் செய்வான்.

உள்ளே இருப்பவனின் மூலம் வெளியே சிலபேரின் உதவிகளை பெருவான்.

அதன் மூலம் அந்த கேஸை விசாரிக்கும் அந்த ஆபிஸரையும் கொலை செய்கிறார்கள்.

சிறையில் உள்ள பாதிக்கப்பட்ட கைதிகளையும் தன் வசம் ஈர்க்கிறான்.

இதில் அவர்கள் **புறா** என்று ஒரு *Concept* பயன்படுத்துகிறார்கள் அது என்னவென்றால் சிறையுள்ளே ஒருவனை தேர்ந்து எடுக்கிறார்கள்.

வெளியே எந்த விவரங்கள் செல்ல வேண்டுமோ அதை மறைமுகமான வார்த்தைகளில் அசோக் சொல்லி அனுப்புவான்.

அதை தன்னை பார்க்க வரும் விசிட்டரிடம் அதை சொல்லுவான்.

அந்த விசிட்டர் அந்த வார்த்தைகளை நித்திலனிடம் சேர்ப்பான்.

நித்திலனுக்கு அந்த மறைமுகமான வார்த்தைகளுக்கு அர்த்தம் தெரியும் அதை வைத்து பண்ண வேண்டிய வேலைகளை செய்து விடுவான்.

இந்த கும்பல் செல்போன்களை பெரிதாக நம்ப மாட்டார்கள்.

அதற்காக தான் இந்த புறா முறை எல்லாம். இவர்களுக்கு அசைன்ட்மென்ட்ஸ் கொடுப்பது பெரிய பெரிய பிஸ்னெஸ்மேன் இல்லை அரசியல் வாதிகளாக தான் இருப்பார்கள்.

இவர்களுக்கு முழுக்க முழுக்க உறுதுணையாக இருப்பது நமது கமிஸ்னர் மற்றும் ஹோம் மினிஸ்டர் தான்,

இவர்களின் துணை கொண்டு டிப்பார்ட்மென்டில் என்ன நடக்கிறது இந்த கும்பலை பற்றி ஏதாவது சந்தேகம் வந்தால் கூட டீடெயில்ஸ் அவர்களுக்கு கிடைத்துவிடும்.

அதை வைத்து அந்த கேஸில் எந்த வித ஆதாரங்களும் இல்லாதபடி அளித்து விடுவார்கள்.

நித்திலன் வெளி உலகத்திற்கு ஒரு சாதாரண சாக்லேட் பேக்கரி ஓனர், ஆனால் மறைமுகமாக அவன் செய்யும் குற்ற செயல்கள் ஏராளம்.

ஆயுதங்கள் கடத்துவது, கொலைகாரர்களை தயார் செய்வது அந்த கொலையை அவர்கள் இணைப்பது போல நிகழ்த்துவது இது தான் இவனின் முதன்மையான வேலை. ஹேக்கர்ஸ், மார்ப் செய்பவர்கள் என்று எல்லாருடைய தொடர்பும் நித்திலனுக்கு உண்டு".

"சரி அவர்களுக்கு எப்படி இந்த முகத்தின் டேட்டா கிடைக்கிறது?, அதை எப்படி சிசிடிவி *Footage* - யில் மாற்றுகிறார்கள்" என்று *D.G.P* கேட்டார்.

"*2016* - ஆம் ஆண்டு அரசு ஒரு மாற்றம் நகரம் முழுவதும் கொண்டு வந்தார்கள், அது தான் ***Smart CCTV***, நார்மலாக இருக்கும் சிசிடிவி கேமராவை "*SMART CAMERA*" என்ற கேமெராக்களை கொண்டு மாற்றினார்கள்.

அது இன்னும் தூரம் அதிகம் கவர் பண்ணும், தெளிவு இன்னும் அதிகமாக இருக்கும் என்பதற்காக.

இதனால் குற்றம் குறையும் என்று உறுதியளித்தனர்.

அதன் டேட்டாபேஸில் பதிவாகும் பதிவுகளை மாற்றும் படியே அவன் *Program* செய்தான். அதன்மூலம் ஈசியாக முகத்தை மாற்றி அந்த டேட்டாபேஸில் பதிவாகுவது போல செய்துவிட்டனர்.

மக்கள் இன்று அதிகம் பயன்படுத்தும் செயலிகளுக்கு சொந்தக்காரன் அரவிந்த் தான்.

சிறுவர்களில் இருந்து பெரியவர்கள் வரை பயன்படுத்தும் படி செயலிகள் இருக்கு.

எல்லாமே முதல் முதலில் பயன்படுத்துவோரின் முகம் டேட்டாவை *360*டிகிரி முறையில் பதிவு ஆகி கொள்கிறது.

அது மட்டும் இல்லாமல் நாம் அந்த செயலிகளுக்கு கொடுக்கும் *Permissions,*

Allow என்று கொடுக்கும்போது நம் போனில் இருக்கும் எல்லாவற்றையும் எடுத்து கொள்கிறார்கள்.

அதில் நாம் *Face Data* - விற்கு கொடுக்கும் *Allow* தான் இவ்வளவு விளைவுகளையும் ஏற்படுத்துகிறது.

முதல் முதலில் *"Real X"* என்று இருக்கும் அரவிந்த் கம்பெனியில் இருந்து தான் *Data* இந்த மார்பிங் கும்பலுக்கு கிடைக்கிறது என்பதை சரவணன் கண்டுபிடித்தார்.

அதை தெரிந்து கொண்ட அரவிந்த், *"Real X"* கம்பேனியை உடனே வேறு பேரில் மாற்ற அதில் இதே செயலிகளை வெளியிட்டு விட்டு அந்த சரவணனை கொல்வதற்கு அசோக்கிடம் அசைன்ட்மென்ட் கொடுக்க நித்திலன் ஒரு *Hitman* - யை வைத்து சரவணனை சுட்டுக்கொன்றான்.

அதற்கு ஆயுதங்கள் வழங்கியதும் நித்திலன் தான்.

"அப்போ இந்த அசோக், நித்திலன், அரவிந்த் மூணு பேரையும் கைது செஞ்சுட்டா இந்த ஆப்ரேஷனில் முடிவு கிடைச்சுரும்ல?" என்று *D.G.P* கேட்டார்.

"அது தான் இல்லை இந்த மூன்று பேருமே அவ்வளவு அறிவாளிகள் இல்லை வெறும் கருவிகள் தான் இவர்களை ஆட்டி வைப்பது. இவர்களை விட ஆற்றல் மிகுந்த,

"THE DEMON" தான்.

"DEMON. இவனை யாரும் நேரில் பார்த்தது கிடையாது.

இந்த மூன்று பேரை தவிர இத்தனை ஆண்டுகள் இவர்களுடன் இருந்தும் என்னால் அந்த DEMON எப்படி இருப்பான் என்று பார்த்தது கிடையாது.

அவன் எங்கு இருப்பான், என்ன யோசிப்பான் என்பது கூட இந்த மூவருக்கே தெரியாது, **"HIGHLY BIG THREAT"** இவன் தான்.

"ஒக்கே, உங்களுக்கு காவல் துறையில் இருந்து எந்த உதவி வேண்டுமென்றாலும் எடுத்துக் கொள்ளுங்கள், எனக்கு இந்த டிமனின் சாம்ராஜியத்தை அழிக்க வேண்டும்,

அப்பாவி கைதிகள் வெளியே வர வேண்டும், இந்த "DARK MEN", "சிறை பறவைகள்" இது போன்ற இயக்கங்கள் இருந்தது என்பதற்கே அடையாளம் இருக்க கூடாது" என்றார் D.G.P.

இதை கேட்டவுடன் வாசுவிற்கு ஒரு புது

தைரியம் கிடைத்தது.

"ரொம்ப நன்றி சார்" என்று எழுந்து சல்யூட் அடித்தான்.

கமிஸ்னரை போல் D.G.P கிடையாது. மிகவும் நேர்மையான மனிதர், கடைமையை சரியாக செய்பவர், அவர் கண்டிப்பாக இந்த ஆப்ரேஷனின் முக்கியத்துவத்தை அவர் உணர்வார் என்று வாசு நம்பினான்.

அவனின் நம்பிக்கையும் வீண் போகவில்லை. இனி நம்மை தடுக்க யார் இருக்கிறார் என்பது போல ஒரு மனதைரியம் வாசுவிற்கு வந்தது.

11. டார்க் மென் எழுச்சி

சில வருடங்களுக்கு முன் ....

அரவிந்த் கல்லூரியில் படித்துக்கொண்டு இருந்த நாட்கள்,

அரவிந்த் புத்திசாலியான மாணவன் தான், அனால் அதிகம் பிடிவாதம் குணம் கொண்டவன்.

ஒரு விஷயம் முடிவு செய்துவிட்டால் அதை முடிக்கும்வரை அந்த விஷயத்தில் இருந்து கவனத்தை திருப்பமாட்டான்.

அது அவனுக்கு சில நாட்களில் சாதகமாகவும்,சில நாட்கள் பாதகமாகவும் அமையும்.

அரவிந்த், எப்பவுமே பாடப் புத்தகத்த்தை தாண்டி தனது அறிவை மேம்படுத்தி கொள்ள நினைப்பவன், சில நேரங்களில் ஆசிரியர்களுக்கு பதில் கண்டுபிடிக்க கடினமாக இருக்கும் கேள்விகளையெல்லாம் கேட்பான்.

தஞ்சாவூரில் ஒரு சிறிய கிராமத்தில் இருந்து படிப்பதற்காக சென்னை வந்து இங்கே மேன்சன் எடுத்து தங்கி வந்தான்.

அப்படி மேன்சனில் அவனுக்கு ரூம்மேட்டாக கிடைத்தவன்தான் குணா என்கிற குணசேகரன்,

குணா மதுரையில் இருந்து சென்னைக்கு படிக்க வந்தவன்.

அரவிந்த் எப்பொழுதும் சாந்தமாக இருப்பது போல தான் இருப்பான். ஆனால் அவன் எப்போது என்ன யோசிப்பான் என்று கண்டுபிடிப்பதத்தே மிகவும் கஷ்டம், அரவிந்திற்கு மிகவும் பிடித்த விஷயங்களில் ஒன்று தான் பைக்க்ஸ், அதன், மீது எப்போவும் அலாதி பிரியம் கொண்டவன்.

அதை பற்றி எல்லாம் விஷயங்களையும் தெரிந்து வைத்துக் கொள்வான்.

மார்க்கேட்டில் எந்த பைக்
வருகிறது,அந்த பைக்கின் செயல்பாடுகள் என்ன என்ன என்று எல்லாம் அவனுக்கு அத்துப்படி . பைக் வாங்கவேண்டும் என்று ஆசை அவனிற்கு எப்போவும் அவன் மனதில் இருந்துக்கொண்டே தான் இருத்தது.

முதல் செமஸ்டரிலே, முடிவு செய்தான் பார்ட் டைம் வேலைக்கு செல்ல வேண்டும் என்று, அதே போல் அளவிற்கு ஒரு பைக் ஷோவ்ரூம்மிலே வேலை கிடைத்தது.

அந்த வேலை தான் வேண்டும் என்று பல மாதங்களாக பல சோரூம்கள் ஏறி இறங்கி அந்த வேலையை பெற்றான்.

பைக்ஸ் மீது அவனிற்கு இருந்த ஆர்வம் அங்கு இருந்த அனைவருக்கும் புரிந்தது, அவன் வரும் கஸ்டமர்களிடம் அந்த பைக்கியை பற்றி விவரிக்கும் விதத்திதிலே தெரிய வந்தது.

படிப்பு, பிடித்த வேலை, பைக் வாங்குவதற்காக சின்ன சின்ன சேமிப்புகள் என்று அவளின் வாழ்க்கை அவனிற்கு பிடித்த மாதிரி சென்று கொண்டு இருந்தது.

மூன்றாம் ஆண்டு, முதல் செமெஸ்டர் எழுதுவதற்கு முன்பே அவன் வேலை செய்த ஸ்டோரின் மேனேஜெர்க்கு அதே கம்பெனியில் உயர்பதவி கிடைத்தது.

அடுத்து இந்த ஷோவ்ரூம்மை பார்த்துக்கொள்ளும் பொறுப்பை யாரிடம் விடலாம் என்று யோசித்துக்கொண்டு இருந்த சமையத்தில் இரண்டு ஆண்டுகளாக இந்த ஷோவ்ரூமில் மிகுத்த ஈடுபாடுடன் வேலை செய்த அரவிந்தை பற்றி அறிகிறார்.

இவனை நம்பி விட்டால் கண்டிப்பாக இந்த ஷோவ்ரூம்மில் சேல்ஸ் அதிகமாக இருக்கும் என்று நினைத்தார்.

இதை பற்றி அரவிந்தத்திடம் பேசலாம் என்று யோசித்தார். அரவிந்த் வேலைக்கு வந்தவுடன் அவனை தன் அறைக்கு அழைத்தார். அரவிந்த் உள்ளே வந்தான்.

“குட் மார்னிங் சார், சொல்லுங்க சார் என்ன விஷயம்?” என்று அரவிந்த் கேட்டான்.

“உனக்கு படிப்பு முடிந்துவிட்டதா? அரவிந்த்” என்று கேட்டார்.

“இல்லை சார். இன்னும் கடைசி செமெஸ்டர் இருக்கிறது” என்றான்.

“அது, முடிந்தவுடன் என்ன செய்யலாம்னு இருக்க?”

“தெரியல சார், இனி மேல் தான் முடிவு செய்யனும்” என்றான்.

"இங்கேயே முழுநேர வேலை செய்கிறாயா?" என்று கேட்டார்.

“ஹான் கண்டிப்பா சார், ஆனால் சம்பளம்.....” என்று தயங்கினான்.

“கவலை படாதே இப்போ 5000 வாங்குற, முழு நேரம் வேலை செய்தால் 20,000 தருகிறேன். நாட்கள் செல்ல செல்ல உன் வேலையை பார்த்து அதிகப்படுத்துகிறேன்” என்றார்.

அரவிந்த் யோசித்தான், தான் படித்த பி.எஸ்சி படிப்பிற்கு எந்த கம்பெனி சென்றாலும் 15 முதல் 18 ஆயிரம் தான் அதிகப்பட்சம் கிடைக்கும்.

அதற்கு இதுவே மேல் அது மட்டுமில்லாமல் இது மனதிற்கும் பிடித்த வேலை என்று யோசித்து, “சரி சார், நான் செய்கிறேன்” என்று ஒத்துக் கொண்டான்.

மாச மாசம் பைக்கிற்கு என்று சேமித்த பணம் முப்பது ஆயிரம் ரூபாய் வைத்திருந்தான்.

இனி மாதம் மாதம், ஐந்தாயிரம் ரூபாய் சேமிக்கலாம் என்று திட்டம் போட்டான்.

நாட்கள் நகர்ந்தது நல்லபடியாக கடைசி செமஸ்டர் எக்ஸாம் முடித்து டிகிரியும் வாங்கினான், வாக்கு

கொடுத்தது போலவே அதே பைக் ஷோவ்ரூமில் முழு நேரம் வேலையில் இணைத்தான். ஷோவ்ரூம்மில் சிறந்த வேலைக்காரன் என்ற பட்டம் மாதம் மாதம் தனக்கு வரும்படியே வேலை செய்தான்.

ஷோவ்ரூமில் இருந்த மேனேஜர் உயர் பதவியில் சென்றதால் அவருக்கு கீழே நிறைய ஷோவ்ரூம்கள் பார்த்துக்கொள்ளும்படி வந்தது.

அதனால், இந்த ஷோவ்ரூமில் அரவிந்தின் வேலையால் அவனே ஒரு மேனேஜர் போல எல்லாம் விஷயத்தையும் கவனித்து வந்தான், பேருக்கு அவர் மேனஜராக இருந்தார்.

ஒரு நாள் குணா அரவிந்திற்கு போன் செய்தான்.

"மச்சான், உன்னை பார்க்கனும்டா ஈவினிங் மீட் பண்ணலாமா?"
என்று கேட்டான்.

"கண்டிப்பாடா, மீட் பண்ணலாம், ஷோவ்ரூமற்கு கீழ இருக்கும் டீ கடையில் மீட் பண்ணலாம்", என்றான்.

குணாவும், *"சரிப்பா வரேன்"* என்றான். இருவரும் சந்தித்தனர்.

சொல்லு மச்சான் *"என்ன விஷயம்"* என்று அரவிந்த் கேட்டான்.

வேலை தான் மச்சான், கேம்பஸ் இன்டெர்வியூல எந்த கம்பெனிளையும் கிடைக்கல. வெளிய தனியாக இரண்டு மூன்று கம்பெனி முயற்சி செய்தேன்.

அதுவும் கிடைக்கல ரொம்ப கஷ்டமா இருக்குடா". எதாவது உதவி செய்ய முடியுமா?" என்று அரவிந்தை குணா கேட்டான்.

"என்ன உதவிடா வேணும்" என்றான் அரவிந்த்

"உங்க ஷோரூம்ல எனக்கு ஒரு வேலை கிடைக்குமா?" என்று கேட்டான்.

கேட்டு பாக்குறேன் மச்சான், கிடைக்குறதுக்கு வாய்ப்புகள் இருக்கு நான் மேனேஜரை கேட்டு சொல்லுறேன்" என்றான் அரவிந்த்.

மறுநாள் இது விஷயமாக மேனேஜரிடம் பேசினான்.

"என் நண்பன் தான் சார், நல்ல பையன் கண்டிப்பாக நமக்கு உதவியாக இருப்பான்". என்று பேசி அவனுக்கு பரிந்துரை செய்தான். மேனேஜர் முதலில் யோசித்தார். பின்னர் அரவிந்தனின் மேல் இருந்த நம்பிக்கையில் ஒத்துக்கொண்டான், அனால் சம்பளம் பதிமூன்று ஆயிரம்தான் என்றார்.

அரவிந்த்," பரவாயில்லை சார் பின் வரும் நாட்களில் அவனது வேலையை பார்த்து, அதிகப்படுத்துங்கள்" என்று சொன்னான்.

குணாவை நேரில் வரசச்சொன்னார், அவன் வந்தவுடன், "நாளையில் இருந்து வேலையில் சேர்ந்துக்கோ, உனக்கு அரவிந்த் வேலை கற்றுக்கொடுப்பான்" என்றார்.

இதை கேட்டபிறகு குணாவின் மனதில் ஒரு நிம்மதியும், சந்தோஷமும் ஏற்பட்டது,அரவிந்தை கற்றியானைதான்.

அடுத்த நாளில் இருந்து குணாவிற்கு கொஞ்ச கொஞ்சமாக வேலையை கற்றுக் கொடுக்க தொடங்கினான்.

தனியாக வேலை செய்து கொண்டு இருந்த அரவிந்திற்கு தற்போது தன் நண்பனுடன் இணைந்து வேலை செய்வதில் மிகவும் மகிழ்ச்சியாக இருந்தது.

நாட்கள் நன்றாக நகர்ந்து கொண்டு இருந்தது.

ஒருநாள் அந்த ஷோவ்ரூமிற்க்கு புதிதாக ஒரு மாடல் பைக் வந்தது.

அது பார்க்கவே மிகவும் அட்டகாசமாக இருந்தது. விலை அந்த ஷோவ்ரூமில் இருக்கும் எல்லாம் மாடலை விடவும் அதிகம்.

அதே சமயம் அந்த பைக் பார்வையாளர்களின் கவனத்தையும் ஈர்த்தது.

சிலர் அதை வாங்கவும் முன் வந்தனர்.

ஆனால், ஏதோ சில காரனாக்களால் யாராலும் வாங்க முடியவில்லை.

ஒருநாள் ஒருவர் பைக் வாங்குவதற்கு தன் மகனை அழைத்து வந்தார்.

அவர் வாங்க நினைத்து வந்த வண்டி வேறு ஆனால் இந்த விலையுர்ந்த பைக்கை வாங்க வேண்டும் என்ற ஆசை. மீதம் இருக்கும் பணத்திற்கு லோன் போடலாம் என்று முடிவு எடுத்தார்.

லோனிற்கு தேவையான வேலைகளை ஷோவ்ரூம்லே லோனிற்காக இருக்கும் நபர்கள் செய்தனர்.

அரவிந்த் தன் அந்த கஸ்டமரை பார்த்து வந்தான்.

அவன் அந்த வண்டியை பற்றி விவரித்த விதமே அவரை கவர்ந்த்தது.

அவரின் அதிர்ஷ்டம் அந்த லோனும், அவருக்கு கிடைத்தது மீதம் பணத்தையும் காட்டினார்.

மறுநாள் வந்து வண்டியை வாங்கி கொள்ளலாம் என்றான். அரவிந்த், அவர்களும் மனநிறைவுடன் கிளம்பினர்.

மறுநாள் காலையில் அரவிந்த் வேலைக்கு வரும்போது அவனிற்கு ஒரு அதிர்ச்சி காத்திருந்தது.

அவன் உள்ளே நூழைந்தவுடன் ஷோவ்ரூமில் சூழ்நிலை வழக்கம் போல இல்லை, வேலை செய்யும் யார் முகத்திலும் புன்னகையில்லை
ஏதோ தவறு நடந்திருக்கிறது என்பதை உணர்ந்தான்.

அந்த விலையுயர்ந்த வண்டி நின்றுக்கொண்டு இருந்த இடம் வெறுமையாக இருந்தது.

மேனஜர் கேப்ஸிற்கு சென்றான்.

“என்ன சார், வண்டியை டெலிவரி பண்ணிடீங்க போல, நான் வந்ததும் பண்ணலாம்னு இருந்தேன், அந்த கஸ்டமர்க்கு ரொம்ப அவசரம் போல "என்றான்.

“டேய் நடிக்காதடா எங்கடா அந்த வண்டி எங்கடா உன் நண்பன்?” என்று கேட்டார்.

“எந்த வண்டி சார், குணாவையா கேட்குறீங்க, எனக்கு எதுவும் புரியல சார்” என்றான்.

“உன் நண்பன் வண்டியை திருடிட்டு போனது, உனக்கு தெரியாத?, நீயும் கூட்டு களவாணி தானே?” என்று கேட்டார்.

“அப்படியா!” என்று அதிர்ச்சியில் கேட்டான்,

மேனேஜர் உடனே குணா அந்த வண்டியை திருடிக்கொண்டு செல்லும்போது பதிவான சிசிடிவி ஆதாரங்களை கட்டினான்.

அதை பார்த்தவுடன் அதிர்ச்சி அடைந்தான்.

அவனால் நம்ப முடியவில்லை, குணா வா இப்படி செய்தான் என்று, அந்த நேரம் பார்த்து அந்த பைக்கிற்கு பணம் கட்டிய கஸ்டமரும், வந்தார்.

மேனேஜர், அரவிந்தை வெளியே அனுப்பிவிட்டு தனியாக அந்த கஸ்டமரிடம் பேசினார்.

ஒரு மணி நேரம் பேசி மேனேஜர் அவரை சமாதானம் செய்தார்.

கடைசியாக கம்பெனியில் பேசி அதே மாடல் வேற வண்டி ஒரு வாரத்திற்குள் இங்கே வரவைத்து தருகிறேன் என்று பேசி, அந்த கஸ்டமரை ஒரு வாரம் பொறுமையாக இருக்க பேசி அவரை அனுப்பி வைத்தார்.

அவர் சென்றதும் அரவிந்தை உள்ளே அழைத்தார்.

“இனி என் கண்முன்னே நிற்காதே, எந்த வித விளக்கமும் எனக்கு தேவையில்லை நீ அந்த பைக்கோடு வந்தால் உன்னை ஏற்றுக்கொள்கிறேன் இல்லையென்றால் இந்த பக்கமே வந்துவிடாதே”, என்றார்.

தன் நண்பன் செய்த தவறுக்கு தனக்கு தண்டனை கிடைத்ததை நினைத்து வேதனைப் பட்டான்.

மறுநாளில் இருந்து ஷோவ்ரூமிக்கு செல்லவில்லை மாறாக போலீஸ் ஸ்டேஷன்னிற்கு சென்றான்.

நடந்த விஷயங்களை சொல்லி அந்த வண்டியை கண்டுபிடித்து தருமாறு புகார் அளித்தான், அது மட்டுமில்லாமல் தினமும் ஸ்டேஷனிற்கு வந்து வந்து எதாவது கேஸில் முன்னேற்றம் இருக்கா? என்று கேட்டு கொண்டே இருந்தான்.

பைக்கில் நம்பர் இல்லாத புது வண்டி என்பதால் அதனை கண்டுபிடிப்பது கஷ்டம் தான், ஏன், கண்டுபிடிக்க முடியாமல் கூட போகலாம் என்பது போல சொல்லிவிட்டனர்.

யாரை நம்புவது. எங்கே போவது. எப்படி வண்டியை கண்டுபிடிப்பது என்று தெரியாமல் நின்றான்.

கண்டுபிடிக்கவில்லை என்றால் அந்த திருட்டுப்பழியை தானும் சுமக்கவேண்டும்.
அவனின் இளகிய மனம், அவ்வளவு பெரியே சுமையை சுமக்க தயாராக இல்லை.

மற்றவர்களை போல் அதை விட்டு விட்டு வேறு வேலைக்கு செல்லவும் அவனுக்கு மனமில்லை. இந்த சம்பவத்தில் இருந்து கடந்து சென்றுவிடலாம் என்று நினைத்தான்.

ஆனால் போலீஸ் ஸ்டேஷனினை தாண்டி நடக்கும் பொழுது, கடைசியாக ஒருமுறை கேட்டு பார்க்கலாம் என்று நினைப்பான்.

அதே போல் அன்றும் ஸ்டேஷன் உள்ளே சென்றான்.

இன்ஸ்பெக்டரிடம் கேட்டான். அவர், "தம்பி உன்னோட கேஸை தேடி பார்த்தோம். உங்க ஷோரூம் சிசிடிவி கேமரா தவிர அவன் எங்கையுமே சிசிடிவியில் மட்டவில்லை.

நாங்களும் சிட்டி முழுவதும் மானிட்டர் பண்ணிட்டோம் எதாவது கண்டுபுடிச்ச சொல்லுறோம்" என்றார், இந்த முறையும் ஏமாற்றத்துடன் வெளியே வந்தான்,

அங்கே ஒரு தம்பதி அழுத்துக் கொண்டே நிற்பதை கண்டான்.

அவர்கள் அரவிந்தை பார்த்தவுடன், "என்ன சார் எதை தொலைச்சிக்கிங்க?" என்று கேட்டனர்.

அரவிந்த் பொறுமையான குரலில் "பைக்" என்றான்.

அந்த பெண் "அதுலாம் கிடைக்க வாய்ப்பில்லை சார், இங்கலாம் கண்டுபிடிச்சு தரைமட்டங்க என்று அழுதுக்கொண்டே சொன்னாள்,

அரவிந்த் "ஏன்?" என்று கேட்டான்.

"எங்களின் மூணு வயசு குழந்தை காணாமல் போய்டுச்சு, கண்டுபிடிக்க எல்லாம் முயற்சியும் பண்ணிட்டோம், கண்டுபிடிக்க முடியவில்லை கடைசியாக இந்த போலீஸ் ஸ்டேஷனை நம்பி வந்தோம்.

முதல் இரண்டு நாட்கள் விசாரிப்பது போல விசாரித்தனர்.

அதன்பிறகு ஒரே பதில் தான் தினமும், "கண்டுபிடித்தால் கூப்பிடுகிறோம்". இதை கேட்டு கேட்டு குழந்தை கிடைக்கும் என்ற நம்பிக்கையே போய்விட்டது" என்று அழுதாள்.

"குழந்தை எங்கே தொலைந்தது, அருகில் சிசிடிவி கேமரா எதுவும் இல்லையா?" என்று அரவிந்த் கேட்டான்.

"இருந்தது சார், கடையின் வாசலில் அனால் அது அவ்வளவு தூரம் கவர் செய்யவில்லை, இன்னும் ஒரு 2 அடி அதிகமாக கவர் செய்து இருந்தால், எங்கள்

குழந்தைக்கு என்ன நடந்தது என்று தெரிந்திருக்கும்," எங்கள் வாழ்க்கையே மாறிவிட்டது மாறிவிட்டது" என்று அழுது கொண்டே சொன்னாள், அரவிந்திருக்கு அவர்களுக்கு என்ன ஆறுதல் சொல்வது என்று தெறியாமல் நின்றான்.

"கவலை படாதீங்க சீக்கிரமே குழந்தை கிடைக்கும் நம்பிக்கையோட இருங்க" என்றான்.

வீட்டிற்கு வந்தான் அந்த தம்பதிகளின் அழுகையும், வேதனையும் அவன் மனதை பாதித்தது.

அன்று இரவே போலீஸ் இன்ஸ்பெக்டரிடம் இருந்து போன் வந்தது. "தம்பி, உங்க பைக், போரூர் கிட்ட ஒரு இடத்துல சிசிடிவில் பதிவாகி இருந்தது,நம்ம டீம் அதை தேடிகிட்டு இருக்காங்க" என்றார்.

"சரி சார் கிடைத்தால் சொல்லுங்க" என்றான் அரவிந்த்.

அன்று இரவெல்லாம் அந்த பெண் தன் குழந்தைக்காக அழுததும் ஒரு இரண்டு அடியில் தங்கள் வாழ்க்கையே மாறிவிட்டதாக சொன்னதும் அவன் மனதில் ஓடிக்கொண்டே இருந்தது.

அவர்களுக்காக எதாவது செய்ய வேண்டும் என்று நினைத்தான்.

மறுநாள் இன்ஸ்பெக்டர் அழைத்தார் என்று ஸ்டேஷனிற்கு சென்றான்.

"தம்பி, உன் நண்பன் குணாவை கண்டுபிடிச்சாச்சு, அவனை அடித்த அடியில் உண்மையை

சொல்லிவிட்டான், அவன் பைக்கை திருடியது உண்மை தான், அனால் பைக் இப்போது அவனிடம் இல்லை, போரூரில் சிசிடிவி கமெராவில் தெரிந்தது என்று சொன்னெண்ணலே, அந்த பகுதில் இருந்து தான் மறுநாள் குணாவை கண்டுபிடித்தோம். அவன் பைக்கை எடுத்துக்கொண்டு ஹஸ்பிட்டலுக்கு சென்று இருக்கிறான் ஒரு ஓரமாக பைக்கை நிறுத்திவிட்டு உள்ளே சென்று இருக்கிறான்.

வெளியே வந்து பார்க்கும்போது அந்த பைக்கை காணவில்லை. அந்த ஹஸ்பிட்டலின் சிசிடிவியை செக் செய்தோம், காவேரேஜிக்கு ஒரு 2 அடி தள்ளி பைக்கை நிறுத்தி இருக்கிறான்.

அதனால் சரியாக கவர் ஆகாவில்லை, கூடிய விரைவில் கண்டுபிடிப்போம்" என்று சொன்னார்.

அரவிந்த் இதை கேட்டவுடன் வழக்கம்போல், "கிடைத்தால் சொல்லுங்க சார்" என்று சொல்லிவிட்டு கிளம்பினான் அங்கே அவன் நண்பன் இருந்தும் அவனை பார்க்க கூட அரவிந்திற்கு தோணவில்லை.

அந்த இடத்தில் இருந்து கிளம்பி அவன் ரூமிற்கு சென்றான். அந்த 2 அடி கவரேஜ் பிரச்சனை அவன் மனதில் ஓடிக்கொண்டு இருந்தது.

என்ன செய்வது என்று யோசித்தான். அப்போது அவனிற்கு ஒரு யோசனை தோன்றியது. அதுதான், "ஸ்மார்ட் சிசிடிவி",

இதனை உருவாக்க நினைத்தான், சிசிடிவி கவரேஜ் இருக்கும் கவரேஜ் மற்றும் தெளிவு அதிகமாக்கும் திட்டம் தான் இந்த ஸ்மார்ட் சிசிடிவி.

காலேஜில் படித்த டெக்னாலஜிகளை வைத்து இதனை எப்படியாவது சாத்திய படுத்த வேண்டும் என்று நினைத்தான் மீண்டும் தன் பாடப்புத்தகங்களை தூசித்தட்டி எடுத்தான், இந்த ஸ்மார்ட் சிசிடிவியை எப்படியாவது நடைமுறைக்கு கொண்டுவரவேண்டும் என்று உழைத்தான்.

அதில் பல சவால்களையும், தோல்விகளையும் கண்டான், ஆனால் மனம் தளரவில்லை, அரவிந்தின் குணமே தான் மனதில் நினைத்ததை பிடிவாதமாக இருந்து செய்துமுடிப்பது தான்.

இந்த ஸ்மார்ட் சிசிடிவிவிஷயத்தையும் அதே போல் எடுத்துக்கொண்டான்.

அதில் மிகவும் தீர்மானமாக இருந்தான், இதனை செய்து முடிக்க அவனுக்கு சில வருடங்கள் ஆனது ஆனாலும் அவன் அதை நிறுத்தவில்லை, இதற்காக அவன் உழைப்பு, நேரம் எல்லாவற்றையும் கொடுத்தான், ஒரு நாள், அவன் நினைத்தது போல அந்த கேமரா வேலை செய்ய தொடங்கியது.

சாதாரண சிசிடிவியை விட இதில் துல்லியமான படமும், அதிக கவரேஜும் கிடைத்தது.

அன்று அவன் சந்தோஷத்திற்கு எல்லையே இல்லமால் போனது.

இதனால் கண்டிப்பாக நாட்டில் குற்றங்கள் குறையும் என்று நம்பினான், கண்டுபிடித்த அவனுக்கு அதை எப்படி மக்கள் பயன்பாட்டிற்கு கொண்டு வருவது என்று தெரியவில்லை.

இதற்கு இடையில் தான் சேர்த்து வைத்த ஒரு லட்சம் ரூபாய் பணத்தை முன் வேலை செய்த ஷோவ்ரூமின் மேனேஜரிடம் கொடுத்து, "தொலைந்து போன வண்டிக்கான பணம், இதை வைத்துக் கொள்ளுங்கள் மீதம் இன்னும் கொஞ்சம் நாட்களில் தருகிறேன்" என்றான் மேனேஜர் எதுவும் சொல்லாமல் அதனை வாங்கிக்கொண்டார்.

அவன் கண்டுபிடித்த இந்த ஸ்மார்ட் சிசிடிவியிற்கு *Patent* விண்ணப்பித்து, சில மாதங்களில் *patent* பெற்றான்.

இதனை நடைமுறை படுத்த எல்லாம் முயற்சிகளும் எடுத்தான், அரசு அலுவலகங்களுக்கு ஏறி இறங்கினான்

கையில் இருந்த பணம் எல்லாம் செலவு ஆகி ஒன்றும் இல்லாமல் போனதுதான் மிச்சம்.

ஆனால் எதுவும் நடக்கவில்லை, இதை மக்களுக்கு தெரியப்படுத்த மீடியா மற்றும் யூடூப் சேனல்களை அணுகினான், யாரும் இதை ஒரு பெரிய விஷயமாக எடுத்துக்கொள்ளவில்லை அதிக நிராகரிப்புகளை சந்தித்தான்.

சில நாட்கள் பணம் பற்றாக்குறைவினால் சாப்பிடாமல் கூட நாட்களை கழித்தான்.

பின்னர் மீண்டும் வேறு வேலை தேட தொடங்கினான்.

அவனது துரதிரிஷ்டம் அவன் எந்த வேலையிலும் தேர்தெடுக்கப்படவில்லை.

கடைசியில் இவனது முயற்சிகளை கேள்விப்பட்டு ஒரே ஒரு யூட்டுபர் முன்வந்தார்.

உங்களின் கண்டுபிடிப்பை வைத்து வீடியோ போடுகிறேன், மக்களின் வரவேற்பை பெற்று அந்த விடீயோவிற்கு வரும் காசை உங்களுக்கு தருகிறேன்" என்றான்

அரவிந்தும் ஒன்றுக்கொண்டான்.

அதே போல் வீடியோ போட்டான், ஆனால் நினைத்து அளவிற்கு அந்த விடியோவிற்கு மக்கள் ஆதரவு கொடுக்கவில்லை.

சில நாட்கள் தொழில் நுட்பத்துறை அமைச்சரின் வீட்டிற்கு முன் காத்திருந்தான், அவர்களிடம் இதனை சேர்த்துவிடலாம் என்று ஆனால் அவர் பார்வைலே இவன் விழவில்லை. அடுத்து என்ன செய்வது என்று தெரியாமல் நின்றான்.

அங்கு இருந்து நடந்து செல்லும் வழியில் அவனுக்கு பசி அதிகமானது. பாக்கெட்டின் உள்ளே கை விட்டான், வெறும் எட்டு ரூபாய் இருந்தது.

அதையும் செலவு செய்து விட்டால் ரூமிற்க்கு போக பஸ்சிற்கு காசு இருக்காது, அதனால் அதனை செலவு செய்யாமல் வைத்துக் கொண்டான்.

நடந்து வரும் வழியில் அங்கே ஒரு சர்ச்சை பார்த்தான்.

அங்கே வெளியே கல்யாணம் என்று பேனர் வைக்கப்பட்டு இருந்தது.

சரி யாருக்கும் தெரியாமல் இங்கே சாப்பிடவிடலாம் என்று நினைத்தான் முதலில் தயங்கினான் பிறகு பசியை அவனால் தாங்க முடியவில்லை,உள்ள சென்றுவிட்டான்.

மனைவி இறந்த துங்கத்தில் இருந்து வெளியே வரமுடியாமல் வீட்டிலே அசோக் அடைந்து இருந்தான், அன்று நித்திலன் வீட்டிற்கு வந்தான், அசோக் சோகத்தில் நாட்களை கழிப்பதை கண்டான்.

அவன் மனதிற்கு கொஞ்சம் ரிலாக்ஸ் ஆக இருக்கும் என்று , தான் போக இருக்கும் கல்யாணத்திற்கு அஷோக்கை அழைத்தான். முதலில் அசோக் மறுத்தான், பின்னர் அவனை கட்டாயப்படுத்தி நித்திலன் வெளியே கூப்பிட்டு வந்தான் பல நாட்களுக்கு பிறகு அசோக் வெளியே வந்தான், பல நாட்களுக்கு பிறகு அசோக் வெளியே வந்தான். நித்திலனும் அசோக்கும், அந்த சர்ச்சில் நடக்கும் கல்யாணத்திற்கு தான் சென்றனர்.

“டார்க் மென்” குழு இன்று உருவாகும் நாள் என்று அவர்களுக்கு தெரியவில்லை.

அரவிந்த் உள்ளே நுழைந்தவுடன் நல்ல தெரிந்த நண்பனின் கல்யாணம் போல் நடந்து கொள்ள ஆரம்பித்தான். கல்யாணத்தை கூட்டத்தில் ஒருவனாக இருந்து பார்த்தான் முடிந்தவுடன் நாம் வந்த வேலையை பார்ப்போம் என்று சாப்பிட கிளம்பினான்.

நல்ல பசியில் இருந்த அவனுக்கு அங்கு இருந்த பிரியாணியை பார்த்தவுடன்.

“இன்று ஒரு வேட்டை” என்று நினைத்தான். வயிறு முட்ட சாப்பிட்டான்.

பிறகு கிளம்பலாம் என்று நினைக்கும் போது சர்ச்சின் உள்ளே பார்த்தான். யாரும் இல்லாமல் அமைதியாக காலியாக இருந்தது, சரி மனதில் இருக்கும் தம் சலனங்களை கடவுளிடம் சொல்லுவோம் என்று அமைதியாக கைகளை கூப்பி கண்கள் மூடி அமர்ந்தான்.

கொஞ்ச நேரத்தில் அசோக்கும் நித்திலனும் அங்கே வந்தனர், மனைவி இழந்து, வேலையை இழந்து, வாழ்வில் அடுத்து என்னவென்று தெரியாமல் குழப்பத்துடன் இருந்த அசோக்கும் கடவுளிடம் வேண்டிக் கொண்டு இருந்தான்.

அவர்கள் இருவரும் வேண்டியது கடவுளிடம் ஆனால் அங்கு வந்தது டிமன்,

நீளமான கருப்பு கோட் மற்றும் கண்ணாடி அணிந்து ஒருவன் சர்ச்சின் உள்ளே நுழைந்தான். இருவரும் கண்களை திறக்கும்வரை பொறுமையாக நின்றுகொண்டு இருந்தான்.

இருவரும் தங்களின் கண்களை திறந்தனர், அவர்களின் எதிரில் இருவருக்கும் நடுவில் டிமன் நின்று கொண்டு இருந்தான். டிமன் பேசத்தொடங்கினான்.

"Can I have your 10 minutes please"
என்று கேட்டான். இருவரும் சரி என்பது போல் தலையை ஆட்டினார். பின்னர் டிமன் பேச ஆரம்பித்தான்.

“இயற்கையோட மிகப்பெரிய ஆற்றல் என்ன தெரியுமா?” என்று கேட்டான்.

அரவிந்த், அசோக், நித்திலன், மூவரும் ஒருவரையொருவர் பார்த்து தெரியாது என்பது போல் தலையை ஆட்டினார்.

“ *Coincidence* தான், இரண்டு நாட்களுக்கு முன் ஒரு செய்தி பார்த்தேன், *Smart CCTV* என்ற தொகுப்பில், அதை கண்டுபிடித்த நபரை சந்திக்க வேண்டும் என்று எண்ணினேன், ஆனால் இப்படி எண்ணி முடிப்பதற்குள் சந்திப்பேன் என்று யோசிக்கவில்லை,

இரண்டு மாதங்களுக்கு முன் ஒரு பழைய செய்தியை பார்த்தேன், கர்னலை கொன்ற மேஜர் என்று, இவ்வளவு தைரியசாலி, யார் என்ற ஆர்வமும் இருந்தது. ஆனால் அவரை என்னால் அப்போது சந்திக்க முடியவில்லை. காலத்திற்கு தெரியும் போல எது சரியான நேரம் என்று”

“நீங்க யாரு, ஏன் எங்களை சந்திக்கணும்” என்று அரவிந்த் கேட்டான்.

“உங்களது *Support* வேணும், இந்த சமூக மக்களுக்கு சில படங்கள் கற்பிக்கணும்” என்றான் டிமன்.

“பாடமா? என்ன பாடம்?" என்று அசோக் கேட்டான்.

“நான் ஒரு கோடிஸ்வரன், என்னிடம் இல்லாத பணம் இல்லை, உலக அரசியலையே ஆட்டி வைக்கும் அளவிற்கு பெரிய பெரிய ஆட்களின் நட்பும் பழக்கமும் இருக்கிறது.

நான் நினைத்தால் யார் வாழ்கையை வேண்டுமானாலும் மாற்ற முடியும். இந்த உலகை மற்றும் ஆற்றல் உங்களிடமும் உள்ளது என்ற நம்பிக்கை உங்களை பற்றி தெரிந்து கொண்டவுடன் வந்தது.

என்னுடன் இணைந்து பயணிக்க தயார் என்றால் இங்கு இருக்கலாம், இல்லை என்றால் கிளம்பலாம்” என்றான்.

அசோக்கிற்கு, அவன் பேசிய விஷயத்தில் உடன்பாடு இல்லை, மேலும் அவனுக்கு எந்த ஒரு விஷயத்திலும் ஈடுபடும் இல்லை, அவன்.

“எனக்கு இதில் எதுவும் வேண்டாம் நான் கிளம்புறேன்” என்று எழுந்தான்.

டிமன். “தாராளமாக கிளம்பலாம். ஆனால் இங்கு இருந்து இல்லை, இந்த உலகத்தில் இருந்து” என்றான்.

அசோக் புரியாதது போல் பார்த்தான்.

பின்னர் அசோக்கின் நெஞ்சின் மேல் இரண்டு சிகப்பு புள்ளிகள் இருப்பதை கண்டான், "நீ தாராளமாக என்னுடன் பணியாற்றாமல் இருக்கலாம் ஆனால் என்னை பார்த்து இருக்க கூடாது, என்னை இந்த உலகில் நான் தான் டிமன் என்று தெரிந்தவர்கள் யாரும் உயிருடன் இல்லை.

எனவே அது தெரிந்தும் நீ வெளியே சுற்றுவது எனக்கு பிடிக்கவில்லை" என்றான்.

"டேய் நான் ஒரு ஆர்மி மேஜராக இருந்தவன், உயிருக்கு பயந்து உன்னுடன் சேர்ந்து இருப்பேன், என்று நினைக்கிறீயா?" என்று கேட்டான் அசோக்.

"உன் தேசப்பற்று எவ்வளவு என்று எனக்கு தெரியும், ஆனால் இந்த தேசமும் அதன் மக்களும் உனக்கு கொடுத்தது என்னவென்று தெரியும், அதற்க்கு திரும்ப நீ என்ன செய்ய போறேன்னு யோசித்தேன், அதற்கு ஒரு வாய்ப்பு கொடுக்கலாம் என்று நினைத்தேன்" என்றான் டிமன்.

"சரி என்ன உன் திட்டம்னு சொல்லு. அதன் பிறகு முடிவு செய்கிறேன்" என்றான் அசோக்.

"அரவிந்த்திடம் இருந்து ஆரபிப்போம், அவனது கண்டுபிடிப்பான ஸ்மார்ட் சிசிடிவியை நம் தமிழ்நாடு முழுவதும் பயன்பட்டிருக்கு கொண்டுவர வைப்பது என் பொறுப்பு, முதலில் சென்னையில் மட்டும் பயன்பாட்டிற்கு கொண்டு வருவோம், அந்த கேமராவில் பதிவாகும் வீடியோக்கள் நாம் பார்க்க நினைக்கும் விடியோக்கள்தான், அந்த கேமராவில் பதிவாகும் வீடியோ டேட்டாபேஸில் பதிவாகும்.

அந்த கேமராவிற்கு அரவிந்த் எழுதிய கோடிங்கில் நாம் சில மாற்றங்கள் செய்ய போகிறோம் அப்படி செய்தால் நாம் நினைக்கும் விடியோவை பதிவு செய்யலாம், என்னிடம் திறமையான டெக்னிக்கல் டீம் இருக்கு. அவர்கள் வேலை என்ன வென்றால், இந்த வீடியோவில் பதிவாகும் முகங்களை தத்ரூபமாக மார்பிங் செய்வது.

அந்த மார்ப்பிக்கான முகங்கள் நமக்கு மக்கள் பயன்படுத்தும் ஆஃபீசில்லில் இருந்து கிடைக்கும், அதற்காக வேலைகளும் தயார் நிலையில் உள்ளது.

அவனை அந்த ஆஃபீஸ் கம்பெனிக்கு உரிமையாளராக மாற்றுடுவேன்.

கொலை, கொள்ளை செய்யும் பெரிய பெரிய தொழிலதிபதிர்கள், அரசியல்வாதிகள் தான் நம்முடைய டார்கெட். நம்மால் அவர்கள் செய்யும் குற்றத்தில் இருந்து காப்பாற்றி கேஸ்களை திசைதிருப்பப் முடியும் என்று தெரிந்தால் கோடி கணக்கில் பணம் கொட்டும், நாம் நினைத்தபடி இந்த உலகத்தையே கைக்குள் கொண்டு வர முடியும், நடக்கும் சம்பவத்தை மாற்றும் ஆற்றல் உள்ளது. உலகையே மாற்றலாம்” என்றான்.

பின்னர் சிறையில் தொடங்கவிருக்கும் அந்த இயக்கத்தையும் அதற்காக வேலைகளையும் அசோக்கிற்கு ஓதுக்கினான்.

அரவிந்திக்கு, டிமன் சொன்னது பிடித்திருந்தது ஒத்துக்கொண்டான், நல்லவனாக வாழ்ந்து அவன் வாழ்க்கையில் பெற்றது எதுவும் இல்லை ஏமாற்றங்கள்தான்.

அதனால் தன்னை தானே மாற்றிக்கொள்ள இதனை ஒரு வாய்ப்பாக நினைத்தான், அதனால் டிமன் சொன்ன விஷயங்களுக்கு ஒத்துக்கொண்டான்.

அசோக் தான் பக்கத்தில் யோசித்து பார்த்தான். நாட்டிற்காக எவ்வோளோவோ தியாகங்களையும், வலிகளையும் சுமந்து வாழ்தேன்.

ஆனால் அந்த நாடும் நாட்டு மக்களும் எனக்கு திரும்ப கொடுத்த ஒரு விஷயம், பெரும் இழப்பும் என்றும் தீராத தனிமையும் தான். அதனால் இனியும் அவர்களையும் இந்த நாட்டையும் பற்றி யோசிக்க போவதாக இல்லை, என்று தீரமானம் எடுத்து அவனும் டிமனுடன் இணைந்தான்.

நித்திலனும் நண்பனுக்கு ஆதரவாக என்றும் இருப்பேன் என்று அவர்களுடன் நின்றான் டிமன், அரவிந்த், அசோக், நித்திலன் எல்லாம் ஒரு குழுவாக இணைந்தனர்.

அடுத்த ஒரு வாரத்தில் அரவிந்தின், ஸ்மார்ட் சிசிடிவியை சென்னை முழுவதும் பயன்பாட்டிற்கு கொண்டுவருவதற்கான ஏற்பாடுகளை டிமன் செய்தேன் அதனை பயன்பாட்டிற்கு கொண்டு வருவதற்கான ஆணையை முதலமைச்சர் வெளிட்டார்.

அடுத்த 2 மாதங்களில் சென்னை எங்கும் ஸ்மார்ட் சிசிடிவி கேமெராக்கள் பொருத்தப்பட்டு பயன்பாட்டுக்கு வந்தது.

டிமனின் முதன்மையான வேலையே பெரிய பெரிய ஆட்களுக்காக கொலை, கொள்ளை, ஹாக்கிங் போன்ற சட்ட விரோத செயல்களை கட்சிதமாக செய்து கொடுப்பதுதான் அதனால் அவர்களுக்கு எந்த உதவி என்றாலும் டிமனைதான் முதலில் தொடர்பு கொள்வார்கள் அவர்களுக்கு டிமன் என்று ஒருவன் இருக்கிறான் அவனிடம் சொன்னால் காரியங்கள் நடக்கும் என்பதுதான் தெரியும்.

ஆனால் டிமன் யார், எப்படி இருப்பான் என்பது எல்லாம் தெரியாது.

இந்த ஸ்மார்ட் சிசிடிவி பொருந்திய பிறகு அவர்களுக்கு முதல் *assignment* வந்தது, அதனை மிகவும் கட்சிதமாக, அவர்களின் பிளான் படி செய்து முடித்தனர்.

யாரும் கண்டுபிடிக்கவில்லை இந்த சிசிடிவியில் அவர்கள் செய்த தில்லுமுல்லை. அதற்காக ஒரு அப்பாவியும் பலி ஆனான். பிறகு இதை தொடர்ந்து செய்ய தொடங்கினான், டிமனிற்கு இது போன்ற கிளாண்ட்ஸ் டர்க்கி நாட்டில் அதிகம் இருந்தார்கள். எனவே இதே திட்டத்தை டர்க்கியிலும் செயல்படுத்தினான், அடுத்த 4-5 வருடத்தில் இதன்மூலம் கோடிக்கணக்கில், சம்பாதிக்க ஆரம்பித்தனர்.

அரவிந்த் உலகில் மக்கள் அதிகம் பயன்படுத்தும் செயலிகளுக்கு எல்லாம் உரிமையாளனாக இருந்தான், நித்திலனுக்கு ஆயுதங்கள் மற்றும் திட்டமிடுதல் பணியை கொடுத்திருந்தான், கொலைகள் செய்வதற்க்காகவே *"HIT SQUARD"* என்று ஒரு தனி அணியே இவர்களுக்காக இருந்தது.

தற்போது சென்னையில் மட்டும் இருந்த ஸ்மார்ட் சிசிடிவி திட்டத்தை, டிமன் இந்தியா முழுவதும் கொண்டு வர முயற்சி செய்து அதில் வெற்றிப் பெற்று இருக்கிறான்,

அசோக் இந்தியாவில் இருக்கும் அனைத்து சிறைகளையும் தன் கட்டுப்பாட்டில் வைத்திருந்தான்.

இந்திய முழுவதும் இருக்கும் சிசிடிவியை கண்காணிக்கவே காட்டுக்குள் அப்படி ஒரு பெரிய லேப்பை கட்டி வைத்தான்,

அதில் குறைந்தது 100-200 இளைஞர்கள் டிமானிற்காக வேலை செய்து வந்தனர்.

இப்படி ஒரு நிழல் அரசாங்கத்தை அமைத்து அதற்கு ராஜாவாக டிமன் வாழ்ந்து வந்தான்.

அதேபோல் தன்னை யாரும் நெருங்க முடியாத ஒரு சக்தியாக தன்னை மாற்றிக்கொண்டான்.

●

12. வலை

இன்று, 2022,

டி.ஜி.பி ஆபிஸ்சிற்கு ஒரு ஃபைலுடன் வாசு சென்றான், டி.ஜி.பி.யை பார்த்வுடன் சல்யூட் அடித்தான்.

"சொல்லுங்க வாசு, ஏதாவது முக்கியமான விஷியமா?" என்று கேட்டார்.

"ஆமாம் சார்" என்று அந்த ஃபைலை கொடுத்தான்,அதில் நிறைய போலீஸ் காரர்களின் பெயர் இருந்தது.

"இவர்கள் எல்லாரும் அந்த சிசிடிவி கும்பலுக்காக நம்ம டிப்பார்ட்மென்டில் வேலை செய்யும் கருப்பு ஆடுகள்" என்றான்.

“எப்படி சொல்லுறீங்க” என்று கேட்டார் .

"கடந்து ஆறு மாதங்களாக நானும் சக்தியும் இந்த ஆப்ரேஷனிற்காக கேஸ் ஃபையில்லை ஒவ்வொரு ஸ்டேஷனாக தேடினோம்.

நாங்கள் இந்த கேஸிற்காக தேடுகிறோம் என்ற விஷயம் இந்த லிஸ்டில் இருக்கும் போலிஸ்காரர்களால் தான் அந்த சிசிடிவி கும்பலுக்கு தெரியவந்திருக்கிறது.

சக்தி, அந்த கும்பலில் ஒருவனாக இவ்வளவு நாள் இருந்ததில் இந்த லிஸ்டில் இருக்கும் போலிஸ்காரர்கள்

தான் அந்த கும்பலுக்கு உதவி செய்கிறார்கள் என்பதை கண்டுபிடித்திருக்கிறேன்" என்றான்.

"இதில் நம் கமிஸ்னர் ரகுபதியும் ஒருவர் என்றான்."

"சரி நான் இப்போ என்ன செய்ய வேண்டும்" என்று டி.ஜி.பி கேட்டார்.

"கிளீன் பண்ணிடுங்க சார், இவர்கள் நம்ம டிப்பாரட்டுமென்டுக்கு தேவையில்லை" என்றான்.

"சரி நான் செய்கிறேன்" என்றார் டி.ஜி.பி.

அடுத்த இரண்டு நாட்களில் அந்த லிஸ்ட்டில் இருக்கும் அனைவருக்கும் வேலை நீக்கம் ஆர்டர் சென்றது.

ரகுபதி உள்பட ஒரே நாளில் *30* போலிஸ்காரர்கள் வேலையை விட்டு நீக்கப்பட்டனர்.
சட்டத்திற்கு எதிராக சட்ட விரோத செயல்கள் செய்ததால் பணி நீக்கம் என்று டி.ஜி.பி தலைமையில் விளக்கம் அளிக்கப்பட்டது.

"அடுத்த கட்டமாக என்ன ப்ளான் வச்சியிருக்கீங்க வாசு" என்று கேட்டார் டி.ஜி.பி.

"பொது மக்களுக்கு தெரிய வச்சுடலாம் சார், இரகசியம் காத்தது போதும், குற்றவாளி வெளியே வரட்டும்" என்றான்.

"சரி பண்ணுங்க வேற ஏதாவது உதவி வேண்டும் என்றால் கேளுங்க" என்றார் டி.ஜி.பி.

"சரி சார்" என்று சொல்லிவிட்டு, விக்கியின் வீட்டிற்கு அவனை சந்திப்பதற்கு சென்றான்.

வாசு அங்கே சென்றவுடன் விக்கி அவனை வரவேற்றான்.

"வாங்க சார், என்ன விஷியம்?" என்று கேட்டான்.

"விக்கி, இந்த கேஸை நீதிமன்றத்திற்கு கொண்டு செல்ல வேண்டிய டைம் வந்துருச்சு, தயராக இரு" என்றான்.

"சூப்பர் சார். இதுகாக தான் காத்துட்டு இருக்கேன், பண்ணிடலம் சார்" என்றான்.

"நாளைக்கே கோர்ட்டில் கேஸ் போட்டுவிடு நம்மிடம் இருக்கும் இந்த ஆதராங்களை வைத்து , முதலில் அசோக்கையும், நித்திலனையும் சிறையில் வைப்போம், இருவரும் கஸ்டேடிக்கு வரட்டும் பின்னர் அந்த டிமினிற்கும் ஒரு வழி இருக்கு" என்றான்.

"சரி சார், நீ கவலைபடதே அது என் பொறுப்பு" என்றான் விக்கி.

"அசோக் மற்றும் சிறை பறவைகள் பற்றி நன்றாக அறிந்தது ரஞ்சித் தான் அவனை பெயிலில் வெளியே எடுக்கும் வேலையை பாரு" என்றான் வாசு.

"சரி சார் பெயில் ஒரு மேட்டரா, பண்ணிடலாம்" என்று அவனுக்கு ஒரு நம்பிக்கை கொடுத்து அனுப்பி வைத்தான்.

புழல் சிறை, சென்னை

விடிந்தால் விக்கி ரஞ்சித்திற்கு பெயில் வாங்கி விடுவான், ஆனால் அன்று இரவு தான் ரஞ்சித்ற்கு மிகப் பெரிய ஆபத்தே காத்து கொண்டு இருந்தது.

முத்துசாமி ரஞ்சித்தை கொலை செய்வதற்காக குறித்த நாள் அன்று தான்.

ரஞ்சித்தை போல் முத்துசாமியும் கண்டிப்பாக நல்லவராகத்தான் இருப்பார், அவரையும் பேசி திருத்திவிடலாம் என்று ரகு நினைத்தான்.

எதேர்ச்சியாக முத்துசாமியை சந்தித்தான், ரகு ரஞ்சித்திடம் நெறுங்கி இருக்கும் விஷயம் முத்துசாமிக்கு தெரியும், அதனால் இன்று இரவு அவனை கொல்ல போகும் விஷயத்தை பற்றி எதுவும் ரகுவிற்கு காட்டிக்கொள்ளாத படி பேசினான். அதே போல் நடந்தும் கொண்டான்.

இருவரும் பேசி கொண்டே சமையல் அறையில் இருந்து வெளியே வந்தனர்.

அப்போது ஒரு கைதி, “அண்ணே எல்லாம் ரெடி” என்றான்.

முத்துசாமி கண்ணால் "போ" என்பது போல சைகை செய்து தலையை ஆட்டினான்.

ரகு ஏதோ தப்பாக இருக்கிறதே என்று உணர்ந்தான்.

முத்துசாமி, ரகுவிற்கு சந்தேகம் வந்துவிட்டது என்று நினைத்தான்.

உடனே தன் கையில் வைத்திருந்த தட்டை நெழித்தான்,அதைப்பார்த்தவுடன் ரகு புரிந்து கொண்டான்.

முத்துசாமி அந்த நெழிந்த தட்டை கூர்மையான கத்தி போல் வைத்திருந்தான், உடனே திருப்பி ரகுவின் வயிற்றில் குத்த பார்த்தான்.

ரகு அதனை முன்னே உணர்ந்து நகர்ந்து சென்றான்.

இருவருக்கும் இடையில் சண்டை ஆனாது ஒருவரையொருவர் மாற்றி மாற்றி அடித்து கொண்டனர்.

அதனை ரஞ்சித்தை கொலை செய்வதற்காக தேர்ந்தெடுத்திருந்த கைதிகள் பார்த்துவிட்டு அவர்களும் முத்துசாமியை காப்பற்ற ஓடி வந்தனர்.

ரகு ,முத்துசாமியை அடித்துவிட்டு கீழே தள்ளிவிட்டு ஓடினான்.

அந்த கைதிகள் அவனை துரத்தி வந்தனர், வேகமாக ஓடிய ரகு ஒரு மரத்தின் பின்னே ஒலிந்தான்.

ஒரு கட்டத்தில் ஆறு பேறாக ஓடிவந்த கைதிகள், மூன்று மூன்றாக பிரிந்தனர், ஒரு கூட்டம் ரகுவை தேடி சென்றது, மற்றொரு கூட்டம் ரஞ்சித்தின் செல்லை நோக்கி நடப்பதை ரகு பார்த்தான்.

ரஞ்சித்திற்கு தான் உண்மையான ஆபத்து என்பதை புரிந்து கொண்டான்.

ஒலிந்து இருந்த ரகு வெளியே வந்து அவனை காப்பாற்ற ஒடினான்.

அவர்கள் ரஞ்சித்தின் செல்லை நெறுங்கும் முன் அவர்களை ரகு அடிக்க தொடங்கினான், ரஞ்சித், ரகு அவர்களை அடிப்பதை பார்த்து வேகமாக வெளியே ஒடி வந்தான், சண்டையை தடுத்தான்.

ரகு, "ரஞ்சித் நீ உள்ளே போ, போ" என்று கத்தினான்.

ரஞ்சித் அவன் சொல்வதை கேட்காமல் சண்டையை பிரித்துவிட்டு,

"என்னடா பிரட்சனை ஏன்டா அடிச்சுகிறீங்க" என்று கேட்டான்.

உடனே அந்த மூன்று கைதிகளில் ஒருவன் மறைத்து வைத்திருந்த நெலிந்த தட்டை எடுத்து வயத்தில் குத்தினான். வலிதாங்க முடியாமல் ரஞ்சித் வயற்றறை பிடித்து கொண்டு அங்கே மண்டியிட்டு விழுந்தான்.

ரகு அந்த மூன்று பேயரையும் அடித்தான்.

ரகுவையும் குத்த முயற்சி செய்தனர், ஆனால் கை மற்றும் தோள்பட்டையில் கீறல்களுடன் தப்பினான்.

பின்னர் விழுந்து கிடந்த ரஞ்சிதகை தூக்கி தோள் மீது போட்டுக்கொண்டு ஓடினான்.

சிறை பறவைகள் இயக்கத்திற்கு என்று வெளியே போவதற்கு ஒரு ரகிசிய வழி இருக்கும், அதை நோக்கி ஓடினான்.

அந்த வழியை நெறுங்கும் முன் அந்த வழியின் நுழைவிலே இருபதிற்கும் மேல் கைதிகளுடன் முத்துசாமி அமர்ந்து இருந்தான்.

அன்று இரவு ரவுன்ட்ஸ்க்கு வரும் வார்டன்கள், ஜெயிலர் எல்லாம் சிறை பறவைகளின் ஆட்கள் தான்.

எனவே யாருடனும் உதவி என்று கூட கேட்க முடியாத நிலையில் இருந்தான்.

வேகமாக ஓடி ஒரு செல்லுக்குள் நுழைந்தனர், ரஞ்சித்தை மெதுவாக படுக்க வைத்தான்.

பின்னர் அந்த செல்லை மூடி சங்கிலியை வைத்து பிடித்து கொண்டான்.

ரஞ்சித் அது முத்துசாமியின் செல் என்பதை அறிந்தான். "ரகு, ரகு, இது முத்துசாமியின் அறை தேடு, தேடு இங்கே கண்டிப்பாக செல்போன் கிடைக்கும், தேடு" என்று வலியுடன் வயற்றை பிடித்து கொண்டு கூறினான்.

ரகுவும் அந்த சங்கிலியை விட்டுவிட்டு தேடினான்.

ஒரு ஃபோன் கிடைத்தது, அதை எடுத்தவுடன் வெளியே பார்த்தான்.

கைதிகள் அவர்கள் இருக்கும் அறையை நோக்கி ஓடி வருவதை கண்டான்.

உடனே ஃபோனில் வாசுவின் நம்பரை போட்டு ரஞ்சித்திடம் கொடுத்துவிட்டு, ஓடி அந்த செல்லை மூடி அதற்குள் சங்கிலியை மாட்டி பிடித்து கொண்டான்.

வந்தவர்கள் அந்த கதவின் கம்பிகள் நடுவில் ரகுவை குத்த முயற்சித்தனர், நகர்ந்து நகர்ந்து சென்றான், சிலர் அந்த கம்பியின் வழியில் அவனை அடித்தனர், அதனை தாங்கி கொண்டான்.

முதல் இரண்டு தடவை வாசு போனை எடுக்கவில்லை.

பின்னர் விடாமல் ஃபோன் அடுத்து கொண்டே இருந்தான், வாசு ஃபோனை எடுத்துவிட்டான்.

"சார், சார், நான் ரஞ்சித் ஆபத்து, ஆபத்து, காப்பாத்துங்க சார்" என்று பேச முடியாமல் பேசினான்.

வாசு, "பதறாதீங்க என்னனு சொல்லுங்க என்று கேட்டான்" என்று கேட்டான்.

"வயற்றில் குத்திதாங்ன சார், இப்போ கொல்ல வரங்க, காப்பாத்துங்க சார்" என்று சொல்லிவிட்டு போனை வைத்தான்.

வாசு உடனே புழலிற்கு அருகில் இருக்கும் ஸ்டேசனிற்கு போன் செய்து அங்கே இருக்கும் போலீஸ்காரர்களை ஜெயிலுக்குள் செல்ல சொன்னான்.

பின்னர் அவனும் கிளம்பி வேகமாக ஜெயலுக்கு சென்றான்.

இங்க கைதிகள் அனைவரும் அடிப்பதை தாங்க முடியாமல ஒரு கட்டத்தில் சங்கிலியை விட்டுவிடலாம் எனற எண்ணம் ரகுவிற்கு வந்து விட்டது.

அப்போது கும்பலாக ஒரு 10-20 கைதிகள் ஓடிவந்து அந்த சிறையின் கதவை மிதித்தனர்.

அந்த வேகத்தில் கம்பிகளின அழுத்தம் தாங்க முடியாமல் சங்கிலியை விட்டான் ரகு, அனைவரும் ரஞ்சித்தை கொல்வதற்கு அவனை நெறுங்கினர்.

ரகுவால் எழுந்திருக்க முடியவில்லை, 10 கைதிகள் அவனை மிதித்து கொண்டு இருந்தனர்.

அப்போது தோட்டாவின் சத்தம் கேட்டு அனைவரும் நின்றனர்.

போலீஸ் படையுடன் வாசு உள்ளே வந்திருந்தான், கைதிகள் ரகுவை மிதிப்பதை நிறுத்தினர். அங்கு இருந்த போலிஸ் கைதிகளை அடத்து அவரவர் சிறையில் அடைத்தனர்.

ரஞ்சித்தையும், ரகுவையும் மருத்துவமனைக்கு அழைத்து சென்றனர்.

பாதுகாப்பு காரணமாக இருவரையும் வெவ்வேறு மருத்துவமனையில் சேர்த்தனர் .

மறுநாள் நேற்று இரவு முததுசாமிக்கு துணையாக வேலை செய்த ஜெயிலர் மற்றும் வார்டன்களை பணிநீக்கம் செய்தார் டிஜிபி.

ரஞ்சித்திற்கு பெயில் வழங்குவதற்கு விக்கி கோர்ட்டில் மனு போட்டான், அவனுக்கு நிபந்தனை ஜாமின் கிடைத்தது.

கண்டிப்பாக ஹாஸ்பிட்டலில் கூட ரஞ்சித்திற்கு ஆபத்து இருக்கும் என்று வாசு உணர்ந்தான்.

ஹாஸ்பிடடலை சுற்றி போலிஸை காவலுக்கு போடடான், பின்னர் கேஸை பற்றி பேசுவதற்காக விக்கி விட்டிற்கு சென்றான்.

"நல்ல வேளை வீக்கி சரியான நேரத்திற்க சென்றான், இல்லையென்றால் ரஞ்சித் அவ்வளவு தான்" என்றான்.

"இப்போ கூட அவன் பாதுகாப்பாக இல்ல சார், எந்த நேரம் வேணும்னாலும் அந்த கும்பல் அவனை நெருங்கலாம்" என்றான்.

"சீக்கிரத்தில் ரஞ்சித்தை வேறு இடத்திற்கு மாற்றலாம் என்று நினைத்திருக்கிறேன்" என்றான் வாசு.

"ரஞ்சித் தான் அசோகிற்கு ஒரே சாட்சி அவன் எழுந்து வந்து சாட்சி சொன்னால்தான் அசோக்கை நெருங்க முடியும் இல்லையென்றால் கேஸ் வலுவாக இருக்காது, அவன் எழுந்து வரும் வரை வெய்ட் பண்ணனும் இல்லையென்றால் அசோக் மற்றும நித்திலன் பற்றி வேறு ஏதாவது ஆதாரங்கள் கிடைக்க வேண்டும்" என்றான்.

வாசு எப்படி ஆதரங்களை திரட்டுவது என்று யோசிக்க தொடங்கினான்.

அப்போது அவனிற்கு ஒரு யோசனை தோன்றியது, அவர்கள் வழியிலே சென்றால் அவர்களை நெருங்க முடியும் ,அதனால் அதற்கு அவர்கள் எப்படி செயல்படுகிறார்கள் என்று தெரிய வேண்டும் என்று யோசித்தான்.

அதை கண்டுபிடிக்க அவர்களிடம் இருக்கும் ஒரே வழி கமிஷனர் தான்.

ஆனால் அவரும் இப்போது வேலையை இழந்து வீட்டில் இருக்கிறார்.

மறுநாள் டிஜிபியை சந்திக்க கிளம்பினான், இந்த ஆப்ரேஷனில் அடுத்தக்கட நடவடிக்கைகள் என்ன, திட்டங்கள் என்ன என்பதை தெரிவிப்பதற்காக

"வாங்க வாசு ஏதாவது இம்ப்ரூமென்டல் இருக்கா" என்று கேட்டார் டிஜிபி.

"ஒரு ஐடியா இருக்கு சார், அவர்களை நெருங்க" என்றான்.

"ஹோம் மினிஸ்டர் இதற்கு முன் இந்த கேஸில் ஒரு முறை மாட்டி இருக்கிறார், தன் பையனுக்காக, சரவணன் அதை கண்டுபிடித்தார். அவரை கொன்றுவிட்டனர், ஹோம் மினிஸ்டருக்கு அந்த கும்பலை எப்படி நெறுங்குவது என்பது தெரியும், அவர் நினைத்தால் நம்மை நெறுங்க வைக்கலாம்" என்றான்.

"அவர் பண்ணுறதக்கு கண்டிப்பாக வாய்ப்பு இல்லை, அரசியல் செல்வாக்கை பயன்படுத்தி தப்பித்து விடுவார். கண்டிப்பாக அந்த கும்பலை காட்டிக்கொடுக்க மாட்டார்" என்றார் டி.ஜி.பி.

"ஆமாம் சார் ஆனால் அவரை பேச வைக்க நம்மிடம் ஒரு துறுப்பு சீட்டு இருக்கிறது" என்றான் வாசு.

"என்னது அது" என்று கேட்டார்.

"கமிஷ்னர் தான் சார், அவருக்கும் ஹோம் மினிஸ்டர்ருக்கும் இந்த கேஸில் சம்பந்தம் இருக்கிறது.

கமிஷ்னரின் கடந்த மாதம் கால் ஹிஸ்டரிரை பார்த்தேன் சுமார் *20-30* தடவை ஹோம் மினிஸ்டரிடம் பேசி இருக்கிறார்.

கண்டிப்பாக அதற்கும் அந்த கேஸிற்க்கும் சம்பந்தம் இருக்கும் என்று நினைக்கிறேன்" என்றான்.

"கமிஷ்னர் அவனை தான் தூக்கியச்சே வேலையில் இருந்தே, அவனை கஸ்டேடியில எடுக்க கேட்டுகிறீயா?" என்று கேட்டார்.

"ஆமாம் சார்" என்றான் வாசு, டிஜிபியும் அதற்கு அனுமதி அளித்தார்.

அன்று இரவோடு இரவாக யாருக்கும் தெரியாமல் கமிஷ்னரை வாசு கைது செய்தான்,கைது செய்து கஸ்டேடிக்கு அழைத்து சென்றான்.
விசாரணையை தொடங்கினான், அவர் அப்படி ஒரு கேஸ் இருப்பது போலவே காட்டிக்கொள்ளவில்லை.

வாசு கை வைக்காமல் பேச்சிலே தான் விசாரணனை செய்து கொண்டு இருந்தான்.

ஆனால் அவரிடம் இருந்து எந்த ஒரு உண்மையும் வெளியே வரவில்லை, பிறகு அந்த கஸ்டேடியில் விசாரணை எப்படி நடக்கிறது. என்பதை பார்ப்பதற்கு டி.ஜி.பி அங்கே வந்தார்.

வந்தவுடன் "என்னை, ஏதாவது உண்மை வெளிவந்ததா? " என்று கேட்டார்.

வாசு "இல்லை சார், எவ்வளவோ தன்மையா கேட்டுப்பாத்தாச்சு எந்தவித பதிலும் வரவில்லை என்றான்.

டி.ஜி.பி யோசித்தார், "அப்போ, இவன் வேண்டாம்யா, முடிச்சுடு, இவனால் என்ன பயன் இருக்கிறது. எதுவும் இல்லை இவனை கைது செய்ததற்கும் எந்த ரெக்கார்டும் இல்லை, அதனால் இவனை முடிச்சுட்டு இவன் தலைமறைவு ஆனது போல் பண்ணிடலாம்" என்று கமிஸ்னர் முன்பே டி.ஜி.பி சொன்னார்.

வாசுவும் உடனே தன்னுடைய துப்பாக்கியை லோர்ட்டு செய்தான், டிஜிபி "யோ அதுல சுட்டா தோட்டாக்கு கணக்கு சொல்லணும் , இந்தா இதுல சுடு ", என்று வேறு ஒரு துப்பாக்கியை கொடுத்தார்.

வாசு அதை வாங்கி சுடுவதற்காக லோர்டு செய்தான், கமிஸ்னர் அப்போதும் வாயே துறக்காமல் இருந்தார்.

துப்பாக்கியை நெற்றி பொட்டில் வைத்தான், கமிஷ்னருக்கு சாவு மேல் பயம் இல்லை ஆனால் ஒரு நிமிடம் குடும்பத்தை பற்றி யோசித்து பார்த்தேன்.

வேலையில இருக்கும்போது இறந்தால் கூட தன் குடும்பத்தற்கு அரசு உதவிகள் செய்யும் ஆனால் இப்போத வேலையும் இல்லை, குடும்பம் ரொம்ப கஷ்டப்படும் சூழல் வந்துவிடும் என்று யோசித்தான்,

பின்னர் பேச ஆரம்பித்தான், "நான் சொல்லுறன் ஆனால் நீங்கள் அவர்களை மொத்தமாக அழிக்கும்வரை உங்கள் கஸ்டேடியிலே இருப்பது தான் எனக்கு நல்லது, என் குடும்பததையும் இங்கே வைத்து கொள்ளுங்கள் அவரகள் மிகவும் ஆபத்தனவர்கள், கண்டிப்பாக வெளியே இருப்பது எனக்கும் என் குடும்பத்திற்கும் அதிக ஆபத்து இருக்கிறது.

எங்களுக்கான பாதுகாப்பை போலிஸ் கொடுத்தால் கண்டிப்பாக சொல்கிறேன், அப்புறம் என் வேலை அதையும் எனக்கு திரும்ப அளிக்க வேண்டும், இது வெற்றிகரமாக முடிந்தால், கண்டிப்பாக மீண்டும் வேலையில் இணைந்தவுடன் எந்த தப்பும் செய்ய மாட்டேன்" என்றார்.

டி.ஜி.பி அவரது நிபந்தனைகளை ஒத்துக்கொண்டார்.

"சரி சொல்லு, எப்படி அவர்களை நெருங்குவது" என்று கேட்டார்.

கமிஸ்னர், “முதலில் என் குடும்பம்” என்றார்.

"அது கூப்பிட்டு வர ஆள் அனுப்பியிருக்கேன் நீ சொல்லு" என்றார் டி.ஜி.பி.

"முதலில் எனக்கு ஒரு புது ஃபோனும், சிம் கார்டும் வேண்டும் அது ஏதாவது ஒரு பணக்காரர் அல்லது பெரிய

மனிதர்களின் பெயரில் இருக்க வேண்டும்" என்றார், டி.ஜி.பி சற்றும் யோசிக்கமால் தன்னுடைய போனை கொடுத்தார்.

ரகுபதி(கமிஸ்னர்) அதனை வாங்க மறுத்தார், "நீங்க எல்லாம் இந்த ஆப்ரேஷனில் இருக்கீங்க என்று அவர்களுக்கு நன்றாக தெரியும் வேறு ஃபோன் வேண்டும்" என்று கேட்டான்.

"சரி தயார் செய்கிறான்" என்றான் வாசு.

அப்போது வாசுவிற்கு ஒரு யோசனை தோன்றியது "கமிஸ்னர் மாட்டி இருக்கிறார் என்பது ஹோம் மினிஸ்டருக்கு ஆபத்துதான் அதனால் அவரின் போனில் இருந்த பண்ணலாம், இல்லை என்றால் கமிஸ்னர் எல்லா உண்மைகளை சட்டத்தின் முன் சொல்வார் என்று மிரட்டுவோம்" என்றான். வாசு.

டி.ஜி.பியும் ஹோம் மினிஸ்டரிடம் பேச ஏற்பாடுகள் செய்தார்.

டி.ஜி.பி நிலவரத்தை எடுத்து சொல்லி, ஹோம் மினிஸ்டரிடம் ஒரு உதவி கேட்பது போல் கேட்டார், இதற்கு உதவினால் இந்த கேஸில் இருந்தே தங்களை விலக்கி விடுகிறேன் என்று வாக்குறுதியும் கொடுத்தார்.

"யோ நீங்க அவனை மொத்தமாக முடிக்கல என்றால் என் வாழ்க்கை ரிஸ்க் ஆடும் உங்க மேலலாம் அவ்வளவு நம்பிக்கை இல்லை" என்றார்,

டி.ஜி.பி பேசி அவரை நம்பவைத்தார்.

உங்கள் பாதுகாப்பிற்காகவே தனியாக டீம் அனுப்புகிறேன், உயர்கட்ட பாதுகாப்பிற்கு நான் பொறுப்பு என்று சொல்லி அவரை சம்மதிக்க வைத்தார்.

அவரும் இன்று இரவே அவர்கள் கஸ்டடிக்கு வர ஒத்துக்கொண்டார்.

அப்போது கமிஷ்னர், "இங்கு வேண்டாம் நாம் அவர் வீட்டிற்கு போவேம், அவன் லோக்கேஷன்யை பார்ப்பான் இந்த இடத்தை காட்டினால் இது அவனிற்கான வலை என்பதை கண்டுபிடித்துவிடுவான்" என்றார்.

பிறகு இந்த டீம் அப்படியே மினிஸ்டர் வீட்டிற்கு சென்றது, மினிஸ்டர் அவர்களுக்காக ஒரு தனி அறையும் ஏற்பாடு செய்து கொடுத்தார்.

ரகுபதி, மினிஸ்டரின் போனில் இருந்த ஒரு ஷாப்பிங் ஆப்பை திறந்தார். அதில் ஒரு பொருளை ஆர்டர் செய்தார் .

அடுத்த 2 நிமிடத்தில் மெசேஜில் *"ORDER CONFIRMED ,CONFIRMATION NUMBER:2610199912"* என்று வந்தது, அடுத்த அரை மணி நேரத்தில் ஒரு பார்சல் அங்கே வந்தது.

அதை பிரித்தான், அதில் அவன் ஆர்டர் செய்த தலைவாணி ஒன்று இருந்தது.

டி.ஜி.பியும் வாசுவும் இவன் என்ன செய்கிறான் என்பது போல பார்த்து கொண்ட இருந்தனர்.

அந்த பார்சலில் தவைவாணியோடு ஒரு சின்ன அட்டையும் இருந்தது அதில் ஒரு லோகோ இருந்தது. அது மற்றோரு ஆப்பின் லோகோ, அதே ஃபோனில் அந்த மற்றோரு ஆப்பை திறந்தான். அதில் இந்த "*ORDER CONFIRMATION NUMBER*-ரை " போட்டான்.

அந்த ஆஃப் திறந்தது.

"இப்போ சொல்லுங்க யாரை கொலை செய்யனும்?" என்று கேட்டான்.

"என் போட்டாவே போடுங்க" என்றான் வாசு.

ரகுபதியும் வாசுவின் ஒரு போட்டோவை அதில் பதிவேற்றம் செய்தான். பின்னர் அந்த ஆஃப் அதுவே அந்த போனில் இருந்து மறைந்தது.

பின்னர் ஒரு மெசேஜ் வந்தது "23.10.2022" என்று அதை பார்த்தவுடன் ரகுபதி, டிஜி.பி மற்றும் வாசுவிடம் காட்டினான்.

"இதுதான் உனக்கு குறித்த கடைசி நாள்" என்றான்.

வாசு உடனே காலன்டரை பார்த்தான், நாளை தான் அந்த 23.10.2022 சூப்பர், நெருங்கட்டும் பிடித்துவிடலாம். என்றான் வாசு.

"நீ நினைக்குற மாதிரி அவ்வளவு ஈசி அல்ல அது, உனக்கு நாளை எந்த ரூபத்தில் இருந்து வேண்டுமானாலும் ஆபத்து வரலாம் தயராக இருந்து கொள், ஜாக்கிரதை" என்று ரகுபதி எச்சரித்தார்.

வாசு, அந்த ஆப்பிசின் விவரங்களை டர்க்கியில் இருக்கும் ஸ்வாதி மற்றும் குருமூரத்திக்கு அனுப்பினான்.

“இந்த ஆஃபிஸ் எங்க இருந்து வேலை செய்யது என்பதை கண்டுபிடியுங்கள், யார் இயக்குறது எல்லாம் எனக்கு தெரிய வேண்டும்" என்றான்.

ஸ்வாதியும், குருவும் அதற்கான வேலைகளை செய்ய தொடங்கினர். ரகுபதி இங்கே வாசுவின் போட்டோவை பதிவேற்றம் செய்த உடனே வாசுவின் மொத்த விவரங்களும், ஆர்டர் செய்த ரகுபதியின் மொத்த விவரங்களும் லேபில் இருந்த பெரிய மானிட்டரில் அஷோக்கிற்கும் நித்திலனுக்கும் காட்டியது, அதை பார்த்தவுடன் நித்திலனுக்கு ஒரு சந்தேகம் வந்தது,

“ரகுபதி ஏன் வாசுவை கொல்ல வேண்டும், அப்படியே இருந்தாலும் அவன் நேரடியாக எனக்கு போன் செய்து இருக்கலாமே ஏன் ஆஃப் மூலமாக வர வேண்டும்” என்று யோசித்தான், “ஒரு வேலை இது ஏதாவது ஒரு *trap* - ஆக இருக்குமோ” என்று யோசித்தான், போன் மூலமாக டிராக் செய்ய யோசித்திருக்கலாம் ஆனால் நான் பயன்படுத்துவது “*satellite phone* “ அதனால் டிராக் செய்ய முடியாது என்பது ரகுபதிக்கு தெரியும் அதனால்தான் ஆஃப் மூலமாக வருகிறானோ “ என்று யோசித்தான்,

உடனே தன் *satellite phone* -யை எடுத்து ரகுபதிக்கு போன் செய்தான், ரகுபதியும் அதனை அட்டென்ட் செய்தான், “யோ, என்னயா ஆச்சு உனக்கு ஏன் இவனை கொல்லணும் நீ, நாங்க தான் அவனுக்கு நாள் குறிச்சாச்சுன்னு தெரியாத உனக்கு,” என்றான்,

உடனே ரகுபதி அழுவது போல் நடித்தான், "இவனால் தான், என் வேலை, நிம்மதி எல்லாம் போய்விட்டது, தூக்கம் கூட வரவில்லை, அவனை ஏதவாது செய்ய வேண்டும் என்ற கோபத்தில் இந்த ஆஃப்யில் போட்டுவிட்டான்" என்றான்.

"சரி அதை நீ என்னிடம் நேரடியாக சொல்லிருக்கலாமே?" என்று கேட்டான். அந்த டென்ஷனில் இது தான் தோணுச்சு அதான் உடனே பண்ணிட்டேன்" என்றான், "சரி *chief* - யிடம் இருந்து ஆர்டர் வரட்டும் அதன் பிறகு பார்த்து கொள்வோம்" என்றான். "*Chief, chief* இவன் தான் நமக்கு முக்கியம்" என்றான் வாசு.

13. டிமனின் விளையாட்டு

மறுநாள் டிமானிற்கு வாசுவை கொள்ள வேண்டும் என்று ஆர்டர் வந்திருக்கிறது என்பது தெரியவந்தது அதை பார்த்தவுடன், "இந்த ஆர்டரை கேன்சல் செய்து விடுங்கள்" என்றான், அஷோக்கிற்கும், நித்திலனுக்கும் ஆச்சரியமாக இருந்தது, "எல்லாத்துக்கும் காரணங்கள் இருக்கு, காலம் போக போக தெரிந்து கொள்வீர்கள்" என்றான்.

டிமன் அன்று சர்ச்சில் இவர்களுடன் நேரில் பேசியது தான் முதலும் கடைசியும் அதன் பிறகு நேரில் சந்தித்ததே கிடையாது, எப்போதும் வீடியோ காலில் தான் அதுவும் லேபில் மட்டும் தான் பேசுவார்கள்,

டிமன், எங்கு இருக்கிறான், என்ன யோசிக்கிறான், என்ன செய்கிறான் என்பது யாருக்கும் தெரியாது.

"நமக்கு எதிராக தொடர்ந்த இந்த ஆப்ரேஷன் தேர்ட் ஐ டீமை அழித்து விட்டேன் என்று நினைத்தேன், மீண்டும் இந்த டீமை சுத்தம் செய்ய வேண்டும், நாளையில் இருந்து வரும் ஆர்டர்களை நீங்கள் பார்த்து கொள்ளுங்கள், இந்த டீமுடன் சில விளையாட்டுகள் விளையாட வேண்டியது இருக்கிறது நான் அதை பார்த்து கொள்கிறேன்" என்றான்.

டிமன் முதலில் விளையாட்டை ஆரம்பித்தது ரஞ்சித்திடம் இருந்து, ரஞ்சித்தை அனுமதி செய்திருந்த ஹாஸ்ப்பிட்டலுக்கு சென்றான், இன்று முதல் இந்த ஹாஸ்ப்பிட்டாலே இருக்க கூடாது என்று முடிவெடுத்தான்.

வாசலில் இருக்கும் ரிசப்ஷனில் அமர்ந்தான்,

இந்த ஹாஸ்ப்பிட்டலின் லொகேஷனை தன்னுடைய *Technical* டீமிற்கு அனுப்பினான்.

"இந்த ஹாஸ்ப்பிட்டலில் எத்தனை செல்போன்கள் தங்களது ஆஃப்சை பயன்படுத்துகிறார்கள்?" என்று கேட்டான், சுமார் 200க்கும் மேல் என்று தெரிய வந்தது, இந்த ஹாஸ்ப்பிட்டலில் இருக்கும் ஃபோனிகளில் பயன்படுத்தபடும் தங்களின் ஆஃபிஸிற்கு மட்டும் வைரஸ் அனுப்பி அந்த ஃபோனிகளை சூடாக்க சொன்னான், அதன்படியே அவனது *Technical* டீமும் செயல்பட்டது.

கொஞ்ச நேரத்தில் ஃபோனின் சூடு தாங்க முடியாமல் ஃபோனை தூக்கி போட ஆரம்பித்தனர், ஃபோன்கள் சூடு தாங்காமல் வெடிக்க ஆரம்பித்த, சிலர் கையில் வைத்திருந்தனர், சிலர் காதில் வைத்திருந்தனர் சிலர்

பாக்கெட்டில் வைத்திருந்தனர் எல்லோருக்கும் காயம் ஏற்பட்டது, சிலர் நடப்பதை பார்த்து பயந்து ஃபோனை போட்டு விட்டு வெளியே ஓடினார்,

அங்கு ரஞ்சித்திற்கு காவலாக நின்று கொண்டு இருந்த போலிஸிக்கும் அவரின் போன் வெடித்ததில் காயம் ஏற்பட்டது, அவன் தன்னுடைய வாக்கி- டாக்கியை எடுத்து கண்ட்ரோல் ரூமிற்கு தகவல் கொடுத்தான், கண்ட்ரோல் ரூமில் இருந்து வாசுவிற்கு தகவல் கிடைத்தது உடனே ஹாஸ்ப்பிட்டலுக்கு கிளம்பினான் வாசு,

டம் டம் என்று ஃபோன்கள் வெடிக்கும் சத்தத்தை கேட்டு டிமன் ரசித்துக்கொண்டு இருந்தான் , தொடர்ந்தது ஃபோன்கள் வெடித்ததில் தீ விபத்து ஏற்பட்டது, கொஞ்ச நேரத்தில் ஹாஸ்ப்பிட்டல் முழுவதும் தீ சூழ்ந்தது, குழந்தைகள் முதல் பெரியவர்கள் வரை அதிகம் காயங்களும் மரணங்களும் ஏற்பட்டது, முக்கால்வாசிபேர் காயங்களுடன் எழுந்து ஓட கூட முடியாத நிலையில் அந்த தீயிலே கருகினார், சிலர் தப்பி ஓடினர் ஆனால் சிலரை காப்பற்ற யாரும் இல்லாமல் அங்கேயே இறந்து போனார்கள், தீ சூழ்ந்த உடனே ஹாஸ்ப்பிட்டலை விட்டு டிமன் வெளியே வந்துவிட்டான்.

தீ விபத்தை பற்றி கேள்விப்பட்ட உடனே வாசு தீ அணைப்பு படைக்கு விஷயத்தை தெரியப்படுத்தி அங்கே வர வைத்தான், அவர்கள் வருவதற்குள் ஹாஸ்ப்பிட்டல் 90 சதவீதம் எரிந்து விட்டது, அவர்கள் வந்து தீயை அணைத்தனர், ஆனால் உள்ளே இருந்து ஒரு உயிரை கூட காப்பற்ற முடியவில்லை, மக்கள் ஆங்காங்கே இறந்து கிடப்பதை பார்த்தவுடன்

வாசுவிற்கு கண்கள் கலங்கியது, ஓடி ரஞ்சித் இருக்கும் அறைக்கு சென்றான், ஆனால் அங்கே அவனின் எறிந்த உடலை மட்டுமே வாசுவால் பார்க்க முடிந்தது, வாசு அதீத கோபமும் மனவலியும் கொண்ட ஒரு நிலையில் இருந்தான்,அந்த டிமனை கண்டுபிடித்து கொன்றே ஆகா வேண்டும் என்ற வெறி அவன் மனதிற்குள் வந்தது, ஆனால் அவனை நெருங்குவதற்கான ஒரு சின்ன வழி கூட இல்லாமல் இருந்தான்.

இந்த தீ விபத்து எப்படி நடந்தது என்று யோசித்து கொண்டு இருந்தான், ஆனால் அவன் எந்தவித தடையமும் விடாமல் இந்த தீ விபத்தை பண்ணியிருந்தான், அப்போது அங்கே அருகில் இருந்த மக்களிடம் எப்படி நடந்தது என்று விசாரணை செய்து கொண்டு இருந்தான், அப்போது விபத்தில் இருந்து தப்பிய ஒருவன் வாசுவை தனியாக அழைத்தான், வாசுவும் சென்றான்.

"சார் விபத்து நடக்கும் போது நான் உள்ளே தான் இருந்தேன், எப்படி நடந்தது என்று சொல்கிறேன் ஆனால் அத்துடன் என்னை விட்டுவிட வேண்டும், சொல்லாமலே போய்டலாம் என்று நினைத்தேன் ஆனால் இறந்து கிடைக்கும் அப்பாவி மக்களை பார்த்தால் மனம் கேட்கவில்லை அதனால் தான் சொல்கிறேன்,

திடீரென்று ஒரு ஒருத்தர் ஃபோன்னாக சூடாகி வெடிக்க தொடங்கியது, எங்களுக்கு என்ன செய்வது என்று தெரியாமல் இருந்தோம், நான் பயத்தில் வெளியே ஓடி வந்துவிட்டேன், டாக்டரை கூட பார்க்கவில்லை," என்றான்.

வாசு, ஃபோன்கள் எப்படி வெடிக்கும் என்று யோசித்துக்கொண்டு இருந்தான், சென்னையில் இருக்கும் சைபர் கிரைம் ஸ்பேசியலிஸ்ட் ஒருவரிடம் கேட்டான்

அவர்," வாய்ப்புகள் இருக்கு வாசு, ஆஃபிஸ் ஓடிட்டே இருந்த ஃபோன் சூடாகும் வாய்ப்பு இருக்கு, வெடிக்குற அளவுக்கு சூடு ஆயருக்கு என்றால் கண்டிப்பாக ஏதோ ஒரு வைரஸ் அந்த ஆஃபிஸில் இருக்க வேண்டும்" என்றார்.

வாசு உடனே அருகில் இருந்தவனுடைய *gmail-id* கேட்டான், அதை வைத்து அவன் ஃபோனில் என்னென ஆப்ஸ் வைத்திருந்தான் என்பதை தெரிந்து கொண்டான், பிறகு அதில் அரவிந்தின் கம்பெனி ஆப்ஸ் அதிகமா வைத்திருந்ததை பார்த்தான், அந்த லோக்கல் இன்ஸ்பெக்டரை அழைத்தான்

" இன்று இரவுக்குள் இறந்து போனவர்களின் *gmail-id* விவரங்கள் எனக்கு வேண்டும் என்று ஆணையிட்டான்.

வாசுவின் உள்ளுணர்வு டிமன் இங்கு தான் அருகில் எங்கோ இருக்கிறான் என்று தோன்றியது, சுற்றி இருக்கும் எல்லாம் சிசிடிவி கேமராவையும் பார்த்தான், அதன் பதிவுகளை பார்த்தான் எதிலும் வித்தியாசமாக எதுவும் தோணவில்லை, அந்த ஏரியாவில் ஒரு கடையில் ஸ்மார்ட் சிசிடிவி இல்லாமல் , பழைய சிசிடிவி கேமரா இருப்பதை பார்த்தான், உடனே அங்கு சென்று அதில் இருக்கும் பதிவுகளை பார்த்தான், அந்த கடை ஹாஸ்பிடலுக்கு எதிரே அமைந்திருந்தது.

அதில் எல்லோரும் பதற்றமாக ஓடிக்கொண்டு இருக்கும் போது ஒருவன் மட்டும் கேஸூலாக நடந்து வருவதை பார்த்தான் ஆனால் அவன் முகம் சரியாக பதிவாக வில்லை அவன் அங்கு இருந்து வெளியே வந்து ஒரு காரில் ஏறிச்சென்றான், அவனின் நல்ல நேரம் அந்த காரின் நம்பரும் அந்த பதிவில் பதிவாக வில்லை, எப்படி எந்த ஒரு தடயங்களும் இல்லாமல் அவன் குற்றங்கள் செய்கிறான் என்று யோசித்தான்,

யார் இந்த டிமன், அவ்வளவு புத்திசாலியா அவன் என்று நினைத்தான், எவ்வளவு புத்திசாலியாக இருந்தாலும் கண்டிப்பாக எதாவது ஒரு சின்ன தப்பு செய்ய வாய்ப்புகள் இருக்கு அதுவே அவனின் அழிவையும் தீர்மானிக்கும் என்று நினைத்து அந்த சிசிடிவி பதிவுகளை இன்னும் உண்ணிப்பாக கவனித்து பார்த்தான், அவன் அப்படி செய்த ஒரு சின்ன தவறு தான் அவனின் கைக்குட்டை, அவன் நடந்து செல்லும் போது அவன் பாக்கெட்டில் இருந்து தவறி விழுந்த கைக்குட்டையை கவனிக்காமல் அவன் சென்றது பதிவாகி இருந்தது அதை பார்த்தவுடன் உடனே எதிரில் இருக்கும் சம்பவ இடமான ஹாஸ்பிடலை நோக்கி விரைந்தான்,

அங்கே ஃபரன்சிக் டீம் ஆதாரங்களை சேகரித்துக்கொண்டு இருந்தனர், அப்போது ஹாஸ்ப்பிடலுக்கு வெளியே இருந்த அந்த கைகுட்டையையும் எடுத்து வைத்திருந்தனர், அந்த கைக்குட்டையில் எதாவது கைரேகை அல்லது *DNA* கிடைக்குமா என்று பார்க்க சொன்னான், அந்த ரிப்போர்ட்ஸ் வருவதற்கு முன் ஸ்வாதியிடம் இருந்து ஃபோன் வந்தது,

“நீ கொடுத்த ஆஃப் எங்கிருந்து இயங்குகிறது என்று கண்டுபிடித்து விட்டோம், அது நம் நாட்டில் ஒரு காட்டுப்பகுதியில் இருந்து இயங்குகிறது, அதன் லொகேஷனை உனக்கு அனுப்புகிறேன்” என்றாள், பிறகு அந்த லொகேஷனை வாசுவிற்கு அனுப்பினாள், வாசு ஒரு படையை அந்த காட்டுப்பகுதிக்கு அனுப்பி எங்கிருந்து இயங்குகிறது என்று கண்டுபிடிக்க அனுப்பினான். அந்த காட்டில் ஆள் நடமாட்டம் இருப்பதாகவே தெரியவில்லை அந்த படை நான்கு நான்கு பேராக பிரிந்து எல்லாம் திசையிலும் தேடினர் மூன்று நாட்கள் அந்த காட்டிலே தங்கி ஏதாவது வித்தியாசமாக நடக்கிறது என்று கண்காணித்தனர் ஆனால் சந்தேகப்படும்படி அங்கே எதுவும் நடக்கவில்லை, அங்கே எதுவும் இல்லை எல்லாம் நார்மலாக தான் இருக்கிறது என்று அந்த டீம் ரிப்போர்ட் அனுப்பினார், வாசுவிற்கு மீண்டும் ஒரு ஏமாற்றமாக இது அமைந்தது,

மறுநாள் இப்படி ஒரு டீம் காட்டுக்குள் தேடிய விஷயம் டிமனுக்கு தெரிய வந்தது.

வாசு அன்று இரவு முழுதும் கன்ட்ரோல் ரூமிலே கழித்தான், இறந்தவர்களின் *gmail-id* வைத்து அவர்கள் பயன்படுத்திய ஆஃபிஸை ஒப்பிட்டு பார்ப்பதிலே அவனது இரவு கழிந்தது.

மறுநாள் காலையில் ஹோம் மினிஸ்டர் வழக்கம் போல் தூங்கி எழுந்து வந்து பால்கனியில் நின்று சோம்பல் முறித்துக்கொண்டு இருந்தார் அப்போது தூரத்தில் இருந்து வந்து ஒரு தோட்டா அவரின் தலையை தாக்கியது அங்கேயே நிலைகுலைந்து விழுந்து மரணமடைந்தார் , இந்த செய்தி வாசுவை

சென்று அடைந்தது , மினிஸ்டருக்கு இவ்வளவு பாதுகாப்பு கொடுத்ததும் எப்படி இது நடந்தது என்று யோசித்துக்கொண்டு இருந்தான்,

இறந்து போனது மினிஸ்டர் என்பதால் மேலிடத்தில் இருந்து பிரஷர் அதிகமா இருந்தது சீக்கரம் அந்த கொலைகாரனை கண்டுபிடிக்க வேண்டும் என்ற உத்தரவு காவல் துறைக்கு வந்தது, டிஜிபிக்கு கூடுதல் தலை வலியாய் இருந்தது, மினிஸ்டரின் மரணம் தமிழ்நடையே பரபரப்பாக வைத்து இருந்தது.

டிஜிபியும், வாசுவும் அவனை பிடிக்க முடியாமல் திணறிக்கொண்டு இருந்தனர்.

மினிஸ்டரின் மரணம் பரபரப்பு குறைவதற்குள், அடுத்த தலை வலியை டிமன் அனுப்பினான் அது தான் காட்டுத்தீ,

போலிஸிக்கு சந்தேகம் வந்துவிட்டது என்பதை அறிந்து அந்த லேபில் தீ விபத்து ஏற்படுத்தி அந்த காடையே அழிக்க திட்டம் போட்டு காடும் எரிய ஆரம்பித்தது, சாட்சிகளை அளிப்பதற்காக இப்படி ஒரு விஷியத்தை செய்தான்.

மொத்த காடே கொழுந்து விட்டு எரிந்தது, தீ அணைப்பு வீரர்கள் அந்த காட்டுத்தீயோடு போராட ஆரம்பித்தனர்,பக்கத்து மாநிலத்தில் இருந்து கூட தீயை அணைக்க வீரர்களை அனுப்பி வைத்து பக்கத்து மாநில அரசு உதவிகள் செய்தது.

நியூஸ் ,மீடியாக்களில் பரபரப்பான செய்திகளே ஒளிப்பரப்பு ஆகிக்கொண்டு இருந்தது,

“காட்டில் நம் சோதனை செய்தது தெரிந்ததற்கே மொத்த காட்டையும் அழித்து விட்டான் என்றால் கண்டிப்பாக அந்த காட்டில் அவனுக்கு எதிராக ஏதாவது ஆதாரங்கள் இருக்கும்” என்று வாசு உணர்ந்தான்.

டிஜிபி வாசுவை அழைத்து, “என்ன பண்றது வாசு நாள் ஆகா ஆகா பிரச்சனைகள் அதிகம் ஆகி கொண்ட தான் போகிறது இதற்கு என்ன தான் முடிவு?” என்று கேட்டார்.

“அவனையும் இந்த கும்பலையும் பிடிப்பது தான் சார் ஒரே வழி” என்றான் வாசு.

“நீ என்ன பண்ணுவியோ தெரியாது அவனையும் இந்த டீமையும் உடனே கண்டுப்பிடி என்னால் மேலிடத்தில் தரும் அழுத்தத்தை தாங்க முடியவில்லை “ என்றான்.

“அவன் மிகவும் ஆபத்தவனாக இருக்கிறான், இப்போ அவனுக்கு எதிராக ஏதாவது நாம் செய்ய போகிறோம் என்று தெரிந்தாலே அவன் அதை முழுசாக அழித்து விடுகிறான், அடுத்த அடி எடுத்து வைக்கவே பயமாக தான் இருக்கிறது சார்” என்றான்.

“அப்போ என்ன செய்யலாம் எங்களால் முடியவில்லை அவனிடம் நாங்கள் தோற்றுவிட்டோம் அப்படினு ஒரு அறிக்கை வெள்ளியிட்டுடலாமா?” என்றார் டிஜிபி.

வாசு சிறு புன்னகை செய்தான், “தோல்வி அவனுக்கு சார் நமக்கு இல்லை” என்றான்.

“என்ன சொல்லுற புரியுற மாதிரி சொல்லு “ என்றார் டிஜிபி.

“ஸ்வாதி லொகேஷன் அனுப்பியதும் நம்ம டீம் தேடிவிட்டு எதுவும் கிடைக்கல என்று திரும்ப வந்து விட்டார்கள், ஆனால் எனக்கு அப்படி விட மனமே இல்லை அன்று இரவு ஸ்வாதியிடன் துல்லியமான லொகேஷனை வாங்கிக்கொண்டு அந்த காட்டிற்குள் மீண்டும் சென்றேன், நான் சென்ற நேரம் ஏதோ வெடிக்கும் சத்தம் கேட்டது அதை நோக்கி நடந்தேன், அப்போது ஒரு சுரங்கதை கண்டுபிடித்தேன் ஆனால் அந்த சுரங்கமே தீயால் சூழ்ந்து கொண்டு இருந்தது, உள்ளே பல கம்ப்யூட்டர்ஸ் இருந்தது எல்லாம் எரிந்து கொண்டு இருந்தது, இனிமேல் இங்கு இருந்தால் நம் உயிருக்கே ஆபத்து என்று நினைத்து உடனே அங்கிருந்து வெளியே ஓடி வந்தேன் வரும் வழியில் அந்த சுரங்கத்தில் இருந்து *“help ! help !”* என்று சத்தம் கேட்டது,

உள்ளே ஒருவன் கால்கள் தீயினால் கருகி எழுந்து போக முடியாமல் இருந்தான் இன்னொருவன் மீது சூப்பர் கம்ப்யூட்டர் ஒன்று விழுந்து எழுந்திரிக்க முடியாமல் இருந்தான், இருவரையும் கஷ்டப்பட்டு காப்பாற்றி சுரங்கத்தை விட்டு வெளியே கொண்டு வந்தேன், தீ அணைப்பு துறைக்கு ஃபோன் செய்து விஷியத்தை சொல்லிவிட்டு என் காரில் இரண்டு போரையும் ஏத்தி ஹாஸ்ப்பிட்டலில் சேர்த்தேன், தீ அணைப்பு வீரர்கள் வருவதற்குள் அது காட்டுத்தீயாக மாறிவிட்டது,

அந்த இருவர் வேறு யாரும் இல்லை அசோக் மற்றும் நித்திலன் தான்” என்றான் வாசு.

“சூப்பர் வாசு குட் ஜாப்” என்று டிஜிபி அவனை பாராட்டினார்.

“ அவர்களிடம் இருந்து வாக்குமூலங்கள் வாங்கி அந்த டிமனை நெருங்க முடியுமா என்று பார் “ என்றார்.

டிமன் காட்டை அழித்ததற்கு எந்த ஆதாரமும் இல்லை என்ற நினைப்பில் டர்க்கி கிளம்ப திட்டமிட்டான், சென்னையில் இருந்து அடுத்த கட்டமாக டெல்லி சென்று இதே போன்ற குற்றங்களை தொடர்வோம் என்று நினைத்தான், சென்னையில் செய்த குற்றங்களுக்காக ஆதாரங்களை அழித்துவிட்டோம் என்ற நம்பிக்கையில் இருந்தான், டர்க்கி செல்ல டிக்கெட்டுகள் எடுத்துக்கொண்டு விமான நிலையத்திற்கு சென்று *flight*-யிர்க்காக காத்துகொண்டு இருந்தான்.

ஹாஸ்ப்பிட்டலில் சிகிச்சை எடுத்து வரும் அசோக் மற்றும் நிதிலானை பார்க்க அங்கே சென்றான், அன்று இரவு இருவரும் தாங்கள் செய்த தவறுகளை ஒத்துக்கொண்டு வாக்குமூலம் அளிக்க ஒத்துக்கொண்டனர்.

நித்திலன் வாக்குமூலம் கொடுத்தான்,

“டிமன், என்று ஒருவன் எங்கள் வாழ்வில் வந்தான், எங்கள் வாழ்வை மாற்றினான் மாட்டிக்கொள்ள முடியாதபடி பல குற்றங்களை செய்தோம், நிறைய பணம் சம்பாரித்தோம், உலகமே எங்கள் கையில் இருப்பது போல் உணர்ந்தோம், அவன் ஒரு அரக்கன், மனிதர்கள் மீதும் சிறிதளவு கூட இரக்கம் இல்லாதவன்,

நெறய பேரை கொலை செய்தோம், மிருகம் போல இருந்தோம், நீங்கள் அவனை நெருங்க நினைக்கிறீர்கள் என்று தெரிய வந்தவுடனே இவ்வளவு காலமாக கூடவே இருந்து வேலை செய்த எங்களையே ஆதாரங்கள் இருக்க கூடாது என்பதற்காக அழிக்க முடிவு செய்து விட்டான்,நல்ல வேலை அரவிந்தின் மூலம் அவனின் சதி முன்பே தெரியவந்தது, நிழலிலே வாழ்ந்துவந்த அவனை வெளியுலகிற்கு அடையாளம் காட்டவேண்டும் என்பதற்காக தான் நாங்கள் வாக்குமூலம் கொடுக்க ஒற்றுக்கொண்டோம், அரவிந்த் எங்களுக்கு உதவிய விஷயம் அவனுக்கு தெரிந்தால் கண்டிப்பாக அரவிந்தையும் கொள்ள யோசிக்கமாட்டான், நாங்கள் செய்த எல்லாம் குற்றத்தின் ஆதாரங்களும் இந்த *Pendrive*-இல் இருக்கிறது இதை வைத்து அப்பாவி கைதிகளை காப்பாற்றுங்கள், நிஜ குற்றவாளிகளை கைது செய்யுங்கள் இதற்கான தண்டனையும் ஏற்க நாங்கள் தயார், அந்த டிமனை பிடிக்க எங்களால் முடிந்ததை செய்கிறோம்'' என்றான்.

வாசு நித்திலன் பேசிய அனைத்தையும் ரெகார்ட் செய்து வைத்தான்.

நித்திலனும், அசோக்கும் உயிர் பிழைத்த விஷயம் டிமன் தெரியாமல் இருந்தான், அவன் *flight*-யிர்க்காக காத்துகொண்டு இருந்த போது, முகத்தில் மாஸ்க்குடன், கையுறைகள் மற்றும் தொப்பி அணிந்து ஒருவன் டிமனின் அருகில் அமர்ந்தான், டிமன் பேச தொடங்கினான்,

“உனக்காக தான் அந்த வாசுவை விட்டுவைத்து இருக்கிறேன், இல்லையென்றால் அவன் என்றோ சாக

வேண்டியவன், நானும் இவ்வளவு வேலைகள் செய்துருக்க தேவை இல்லை, இனி அவனை நீ பார்த்துக்கொள் இனி என் வழியில் அவன் வரக்கூடாது, அடுத்து அடுத்து நான் செய்ய போகும் விஷயங்களில் அவன் குறுக்கே வந்தால் முதலில் உன்னை நண்பன் என்றும் பார்க்க மாட்டேன் உன்னை தான் முதலில் முடிப்பேன் அதன் பிறகு தான் அவனையே போடுவேன்" என்றான்.

அவனும் " இனி அந்த வாசு என் ஆடு, நீ கவலை படாமல் கிளம்பு நான் பாத்துக்கிறேன்" என்றான்.

டிமன் கிளம்பினான், *flight* ஏறி தன் சொந்த ராஜ்யமான டர்க்கிகே சென்றான்.

மறுநாள் விக்கி இந்த சிசிடிவி குற்றங்களுக்காக கோர்ட்டில் கேஸ் போட்டான், இப்படி ஒரு வித்தியாசமான கேஸ் இருப்பதே மக்களையும்

மீடியவையும் ஆச்சரிய படுத்தியது மற்றும் மக்களிடையே விவாதங்களையும் கிளப்பியது, விக்கி ஆதாரங்களை சமர்ப்பித்து அதற்கு சாட்சிகளாக இருந்த அசோக், நித்திலன் மற்றும் கமிஷனர் ரகுபதி ஆகியோரை கோர்ட்டில் ஆஜர் படுத்தினான், திறன்பட வாதாடவும் செய்தேன், இந்த வழக்கின் முக்கியத்துவத்தை அறிந்து ஒரே வாரத்தில் தீர்ப்பு வழங்க நீதிமன்றம் முடிவு செய்தது,

தமிழ்நாடே ஆவலுடன் எதிர் பார்த்துக்கொண்டு இருந்த அந்த தீர்ப்பு நாள் வந்தது,

நீதிபதி தீர்ப்பை வாசிக்க தொடங்கினார்,

- சென்னை முழுவதும் இருக்கும் “ஸ்மார்ட் சிசிடிவி “ கேமராக்களை உடனடியாக அகற்ற வேண்டும், அதனை கண்காணிக்கும் வேளையில் இருந்த ஊழியர்கள் செய்த தவறுகளின் விளைவே இது போன்ற குற்றங்கள் அதனால் அவர்களை பணி நீக்கம் செய்ய இந்த கோர்ட் உத்தரவிடுகிறது
- தவறுகள் எதுவும் செய்யாமல் தண்டனை அளித்த கைதிகளுக்கு விடுதலை அளித்து ,தவறான தண்டனையை சரியாக விசாரிக்காமல் வழங்கியதற்கு இந்த நீதிமன்றம் வருத்தத்தையும் மன்னிப்பையும் பதிவு செய்கிறது
- இந்த வழக்கில் தொடர்புடைய அசோக் , நித்திலன் மற்றும் ரகுபதிக்கு ஆயுட்கால சிறை தண்டனை வழங்குகிறது, இதற்கு மூல காரணமாக இருந்த டிமனை, வாசுவின் தலைமையில் தனிப்படை அமைத்து கண்டுபிடிக்க உத்தரவு அளிக்கிறது அதற்கான

எல்லாம் உதவிகளையும் காவல்துறை செய்ய வேண்டும்

- இப்படி ஒரு குற்றத்தை கண்டுபிடித்து அதை நிரூபித்த டிஜிபிக்கு வாழ்த்துக்கள், இதில் உழைத்த வாசுவிற்கும் சக்திக்கும் பதவி உயர்வு அளிக்க காவல்துறைக்கு இந்த நீதிமன்றம் உத்தரவளிக்கிறது.
- இந்த வழக்கில் சம்மந்தப்பட்ட குற்றவாளிகளை அடுத்த ஒரு மாதத்திற்குள் கைது செய்ய காவல்துறைக்கு நீதிமன்றம் உத்தரவிடுகிறது
- இந்த வழக்கில் சம்மந்தப்பட்ட செயலிகளை தடை செய்ய இந்த கோர்ட் உத்தரவிடுகிறது

இவ்வாறு இந்த கேஸ் ஒரு நல்ல முடிவிற்கு வந்தது, இந்த தீர்ப்பை கேட்டவுடன் வாசுவின் கண்களில் ஆனந்த கண்ணீர் பொங்கி வந்தது, விக்கியை கட்டியணைத்தான், டிஜிபி வாசுவிற்கு வாழ்த்துக்கள் சொன்னார்,

நீதி மன்றத்தை விட்டு வெளியே வந்தவுடன் செய்தியாளர்களை வாசு சந்தித்தான்,

அதில் ஒரு செய்தியாளர், “வருங்காலத்தில் இப்படி நடக்காமல் இருக்கும் என்று எப்படி நம்புகிறீர்கள்?” என்று கேட்டார்.

“இது போன்ற சைபர் குற்றங்கள் நடப்பதும், நடக்காமல் தவிர்ப்பதும் நம் கையில் தான் இருக்கிறது, நாம் அன்றாட பயன்படுத்தும் இந்த ஃபோனில்

நாம் ஆஃப் ஏற்றும்போது அதற்கு நாம் தரும் *permissions-* ஐ யாரும் கவனிப்பது இல்லை, சாதாரண ஒரு வீடியோ பிளேயர் ஆப்பிற்கு ஏன் *contacts permission allow* கொடுக்கிறோம் என்று யாரும் யோசிப்பது இல்லை, இது போன்று நாம் தரும் *permisions* தான் நாமே இதுபோன்ற சைபர் குற்றவாளிகளுக்கு தரும் ஒரு வாய்ப்பு, இந்த ஃபோனால் ஆக்கவும் முடியும் அழிக்கவும் முடியும் கவனமாக பயன்படுத்த வேண்டியது நம்முடைய பொறுப்பும் கடமையும் சேர்ந்து இருக்கிறது.

சாதாரணமாக நாம் கொடுக்கும் இந்த *Permission-*களுக்கு நம்மை அழிக்கும் அளவிற்கு ஆற்றல் இருக்கிறது, ***'USE YOUR DATA WISELY"*** " என்று சொல்லிவிட்டு கிளம்பினான், பிறகு ட்விட்டரில் *"#YOUR DATA YOUR RESPONSIBLITY "* என்று ஒரு *hashtag* ட்ரெண்டிங் ஆனது, அதில் டேட்டா பயன்பாட்டை பற்றிய விழிப்புணர்வு பதிவுகள் பகிரப்பட்டது

அன்று இரவு வாசுவை பார்க்க டிஜிபி அவன் வீட்டிற்கு வந்தார், கொஞ்ச நேரம் இருவரும் ஜாலியாக பேசினார் பிறகு, டிஜிபி வாசுவுடன் ஒரு கேள்வி கேட்டார், "எப்படி யாருக்குமே தெரியாத குற்றம் உனக்கு தெரிந்தது, இப்படி எல்லாம் நடக்கிறது என்று?" கேட்டார்

வாசு கண்கள் கலங்கியது பேச தொடங்கினான்,

அன்று ...நல்ல மழை, இடியும் மின்னலும் இடித்து கொண்டு இருந்தது நல்ல குளிரிந்த வானிலை, எனக்கு என் காதலி பூர்வியின் ஞாபகம் வந்தது, அவள் ஒரு நாள்

என்னிடம் அவளுக்கு இருக்கும் ஒரு ஆசையை சொன்னாள் அது என் மனதில் தோன்றியது

"நல்ல அடைமழையில் குடை இல்லாமல் உன் கை புடிச்சுட்டு மழை நிக்குற வரைக்கும், சாலைகள் முடியுற வரைக்கும், நம்ம நடக்கணும், "

இது தான் அவள் என்கிட்ட கேட்ட ஒரு ஆசை, அதை நிறைவேற்ற இன்று ஒரு வாய்ப்பு இந்த இயற்கை கொடுத்திருக்கிறது என்று நினைத்து கொண்டே கிளம்பினேன் அவளை பார்க்க அவளின் வீட்டிற்கு ..

காரில் செல்லும்வழியில் அவளுக்கு போன் செய்தேன்

"ஹே, எங்க இருக்க ?"...

"வீட்ல தான் இருக்கேன், என்ன திடீர்னு கேக்குற?"

"சும்மா தான் சரி வெளிய போலாம் வரியா ?"

"எந்த மழையில் எங்க போறது , வீட்ல வேற யாரும் இல்லை, அம்மா அப்பா ரெண்டு பெரும் மாமாவை பார்க்க போனாங்க , மழை பெய்து சோ வர லேட் ஆகுது ...அவுங்க வர நேரம் நான் வீட்ல இல்லைனா திட்டுவாங்க சோ வேண்டாம் இன்னொரு நாள் போலாம்"

"ஹே மெண்டல் , நான் கார்லா இருக்கேன் உன்ன பாக்க தான் வரேன் "

“என்ன பாக்கவா லூசா நீ இந்த மழைக்குள்ள யாரு உன்ன வரச்சொன்னது, ஒன்னும் வேண்டாம் நீ திரும்ப போ இன்னொரு நாள் போலாம் “

“சரி “ என்று சொல்லிவிட்டு போனை வைத்தேன் ஆனால் வண்டியை திருப்பவில்லை அவள் வீட்டை நோக்கி தான் சென்றேன்

அவள் வீட்டிற்கு அருகே வரும்போது மீண்டும் கால் செய்தேன்

“ஹே, கீழ வா கீழதான் இருக்கேன் “

“லூசா நீ, நான் தான் வரமாட்டேன்னு சொல்லிட்டேன்ல அப்புறம் என் வந்த?”

“உனக்காக தான் சீக்கரம் வா மழை நின்ற போகுது வா “

நான் சொன்னதும் அவள் புரிந்து கொண்டாள் நான் ஏன் கூப்பிடுகிறேன் என்று, நான் காரை விட்டு வெளியே வந்து நின்று மேலே பார்த்தேன்

அவள் மேலே நின்று பார்த்தாள், மென்மையான குரலில்

“எனக்கு வேலை இருக்கிறதே, அதுவும் முக்கியமான வேலை “

நான் எதுவும் பேசாமல் மழையில் நினைந்த படியே நின்றேன் என்னை பார்த்ததும் ஓடி கீழே வந்தாள்.

அங்கு இருந்து நடந்து செல்ல ஆரம்பித்தோம் கொட்டும் மழையில்..அவள் விரல்கள் என் விரல்களுக்குள் ...“என்னோட ஒரு சின்ன ஆசையை நிறைவேற்ற இவ்வளவு தூரம் வந்தியா?” என்று கேட்டாள்

“ஆமா, ஆனால் பயந்து கொண்டே வந்தேன் , மழை நின்று விட கூடாது என்று “

என் பதிலை கேட்டவுடன் அவள் உதற்றில் சிறு புன்னகை பேசிக்கொண்டே நடந்தோம் சாலையே ஆள் நடமாட்டம் இல்லாமல் காலியாக இருந்தது மழையின் சத்தம் மற்றும் தான் எங்கள் இடையில் இருந்தது

பேசிக்கொண்ட நடந்தோம் அப்போது அவள்,

“இந்த வேலையை விட்டுறலாம் என்று இருக்கிறேன்” என்றாள்.

“மூணு மாசமா இது தான் சொல்லுற ஆனா இன்னும் முடிவு எடுக்கலயா “ என்று சிரித்தேன் அவள் சொல்லவது எனக்கு ஒன்றும் புதிது இல்லை

“இந்த இரவு நான் மறக்கவே மாட்டேன் “ என்று என் தோளில் சாய்ந்தாள்

என் போன் அடிக்கும் சத்தம் கேட்டது,அவளை காருக்குள் அமர வைத்துவிட்டு போன் பேச கொஞ்சம் தள்ளி சென்றேன்

15 நிமிட இடைவெளிக்கு பிறகு காருக்குள் சென்ற எனக்கு இதயம் நிற்கும் அளவிற்க்கு ஒரு அதிர்ச்சி காத்திருந்தது

அவள் மூச்சு பேச்சின்றி காருக்குள் இருந்தாள் தட்டி எழுப்பினேன் எந்த வித அசைவும் இல்லை, படபடப்பு அதிகரித்தது என்ன செய்வது என்று தெரியாமல் இருந்தேன், மெதுவாக விரலை அவளின் மூக்கின் அருகில் வைத்தேன்..... மூச்சு இல்லை , பயத்தில் சட்டென்று கையை எடுத்து விட்டேன். ஒரு கனம் இதயமே நின்று போனது , கத்தி அழுதேன்

காரை எடுத்துக்கொண்டு செல்வாவின் வீட்டிற்கு சென்றேன்.

செல்வா, என் நண்பன் அவனும் ஒரு போலீஸ் தான் சம்பவம் நடந்த இடத்தின் இன்ஸ்பெக்டர், அவனிடம் நடந்தவற்றை மறைக்காமல் சொன்னேன் எனக்கு உதவ ஒற்றுக்கொண்டான்.

முதலில் ஹாஸ்ப்பிட்டலுக்கு சென்றோம் அங்கே அவளின் உடலை கொடுத்து பிரேத பரிசோதனை செய்ய அவன் உதவி செய்தான், பிறகு அவளின் பெற்றோர்களுக்கு செய்தி தெரிவிக்கபட்டது

பதறி அடித்துக்கொண்டு ஹாஸ்ப்பிட்டலுக்கு வந்தனர் , என் சட்டையை பிடித்து அழுதனர்.

செல்வா வந்து அவர்களை அவளின் உடலை பார்க்க அழைத்து சென்றான்.

யார் இதை செய்தது என்ற கேள்வி எங்கள் இருவரின் மனதிலும் ஓடிக்கொண்டே இருந்தது , இருவ ரும் சம்பவ இடத்திற்கே சென்றோம்

சுற்றி முற்றி செல்வா ஆராய்ந்தான் அப்போது அவன் கண்ணில் சிக்கியது அங்கே இருந்த செக்யூரிட்டி கேமரா... ”டேய், இங்கதான் நடந்தது என்றால் கண்டிப்பாக இந்த கேமராவில் பதிவாகி இருக்கும் , அதை வைத்து கண்டுபிடித்து விடலாம் “ என்றான், உடனே போலீஸ் கண்ட்ரோல் ரூமிற்கு சென்றோம்.

அதில் பதிவான கட்சியை பார்க்கும் போது இருவருக்கும் மிக பெரிய அதிர்ச்சி காத்திருந்தது

அந்த பதில் ஒருவன் அவளின் கழுத்தை ஒரு கயிறை வைத்து இறுக்கி கொள்வது போல் இருந்தது அவன் கொன்றுவிட்டு காரைவிட்டு வெளியே வரும்போது அவனின் முகம் அதில் பதிவானது

அந்த முகம், என்னுடைய முகமாக இருந்தது, ஆச்சிரியம் அடைந்தேன், செல்வா என்னை திரும்பி பார்த்தான்

“அட பாவி நீயே பண்ணிட்டு இவளோ நேரம் நல்லவன் மாதிரி நடிச்சியா?” என்று கேட்டான்.

எனக்கு என்ன நடக்கிறது என்றே புரியாமல் அதிர்ச்சியில் நின்றேன்,

“இல்லை மச்சான் என்னை நம்புடா இதில் எதோ ஒரு சதி இருக்கிறது அதை நாம் கண்டுபிடிக்க வேண்டும் “ என்றேன்

முதலில் யோசித்தான் பின்னர் அவனும் புரிந்துகொண்டான்

பிறகு நானும் செல்வாவும் இதை ஒரு *accident* போல் சித்தரித்து இந்த கேஸை மூடினான், அன்று முதலே ஆரம்பித்தது என் விசாரணை, அவர்கள் செய்த முதல் சம்பவமே இது தான் என்று எனக்கு லேட்டாக தான் தெரிந்தது ”

இவ்வாறு வாசு தனக்கு நடந்த இழப்பை பற்றி கூறினான்.

வாசு சொல்லி முடித்த பிறகு அவனுக்கு, டிமன் இப்படி தான் இருப்பான் துன்று அசோக் மற்றும் நித்திலன் சொன்னதை வைத்து ஓவியர்கள் வைத்து வரைந்த முகத்தை அனுப்பியிருந்த போட்டோ கவரை எடுத்தான், பிரித்து முகத்தை பார்க்கலாம் என்று நினைத்து எடுத்தான் அப்போது ஒரு போன் வந்தது,

“அடே எங்களை டார்க்கிக்கு அனுப்புனீயே ஞாபகம் இருக்க?, இப்போ தான் நியூஸ் சேனல் பார்த்தேன் சூப்பர்டா, சரி நாங்க கிளம்பி இந்தியா வரவ ?” என்று ஸ்வாதி கேட்டாள்.
“வேண்டாம் அடுத்த வாரம் நான் டர்க்கி வருகிறேன் டிமனை பிடித்தால் தான் கேஸ் முடியும் நான் வருகிறேன” என்று சொல்லி போனை வைத்தான்,

அடுத்த நிமிடமே இன்னொரு போன் வந்தது,

“ஹலோ வருங்கால கமிசினர் சார், நான் டிமன், என்னை தேட டார்க்கியில் ஆள் வைத்திருக்கிறீர்கள் போல , இருக்கட்டும் நீங்களும் வாங்க இங்க சேர்ந்து விளையாடலாம், ஐயோ *sorry* சார், நீங்க உயிரோட இருப்பிங்களானு தெரியாது, இருந்தால் வாங்க, ஏன் என்றால் என் நண்பன் எமன் உங்கள் வீட்டின் வாசலில் நிற்கின்றான்... என்று சொல்லிவிட்டு சிரித்தான் , சார் நான் உங்கள் நாட்டில் இருந்த ஒரு ஜீவனுக்கு வாழ்க்கை கொடுத்தேன் அவன் எனக்கு எதிராக வேலை செய்ய பார்க்கிறான் பெயர் அரவிந்தாம் அவனை கொள்வதில் கொஞ்சம் பிஸியாக இருக்கேன” என்று சொல்லிவிட்டு ஃபோனை வைத்தான்.

வாசு வேகமாக ஜன்னலின் அருகே சென்றான், கேட்டின் வாசலில் யார் நிக்கிறார்கள் என்பதை பார்பதற்க்காக,

ஜன்னல் கம்பிகள் இடையே பார்த்தான் அடைமழை பெய்துகொண்டு இருந்தது, இடியின் சத்தமும் ,மின்னலின் ஒளியும் அச்சுறுத்திக்கொண்டு இருந்தது , கேட்டின் முன்னே ஒருவன் கருப்பு *Rain-Coat*அணிந்து

நின்றுக்கொண்டு இருந்தான், டிமானுடன் விமான நிலையத்தில் பேசிக்கொண்டு இருந்தவன் அவன் தான்.

அவன் கையில் வைத்திருந்த *high-beam* டார்ச்லைட்டை எடுத்து வாசுவின் முகத்திற்கு நேராக அடித்தான், வாசுவிற்கு நிற்பவனின் முகம் நன்றாக தெரிந்தது, ஆனால் அந்த லைட் பட்டவுடன் வாசுவின் கண் பார்வை போனது, சற்று நேரத்தில் சில சம்பவங்கள் அவன் கண்முன் வந்தது, தன் தாய், தந்தையின் அழுகும் குரல், ஒரு பெண்ணின் அழுகும் சத்தம், ஹாஸ்ப்பிட்டலில் தன் முன் நின்ற அந்த உருவம் எல்லாம் அவன் கண்முன வந்தது, சில நொடிகளில் வாசுவிற்கு பார்வை வந்தது அவனது முகத்தை பார்த்ததும் வாசுவிற்கு வியர்த்தது, கைகள் நடுங்கின, அவனின் பெயரை உச்சரித்தான்

“மனோரஞ்சன்”

மர்மவலை (Game of Demon) ⋯விரைவில்

Written by
லோகேஷ்

www.ingramcontent.com/pod-product-compliance
Lightning Source LLC
LaVergne TN
LVHW090312051026
849518LV00005B/1746